CÁC SÁCH KHÁC CỦA JOHN PIPER
ĐÃ ĐƯỢC CHUYỂN NGỮ SANG TIẾNG VIỆT

Liều lĩnh là đúng

Nhìn thấy và say mê Jêsus Christ

Vi-rút Corona và Đấng Christ

Hãy để mọi dân tộc reo vui

Đói khát Đức Chúa Trời

Khi tôi không khao khát Chúa

Kinh ngạc vì Đức Chúa Trời

Adoniram Judson

Tin mừng lớn

Đừng lãng phí cuộc đời

"Quyển sách Tin mừng lớn đem đến cho chúng ta một khám phá mới về sự vinh hiển của ngày Chúa giáng sinh. Thật nhẹ nhõm cho những người bận rộn như chúng ta, vì chỉ cần ngồi xuống đọc 10 phút mỗi ngày trong Mùa Vọng và nghĩ về Chúa Jêsus là Chúa Cứu Thế của chúng ta – được nghỉ ngơi, vui mừng, phục hưng!"

– **Ray Ortlund**, Mục sư cho các mục sư, Hội thánh Immanuel, Nashville, Tennessee.

"Làm thế nào chúng ta có thể kinh nghiệm Mùa Vọng mà linh hồn vẫn còn thấy ích lợi sau ngày 25 tháng 12? Bằng cách chăm xem và vui hưởng vinh hiển Đức Chúa Trời qua sự nhập thể của Đấng Christ, Ngài là Cứu Chúa, Chủ, anh cả, bạn hữu của chúng ta. Quyển sách *Tin mừng lớn* của John Piper dẫn chúng ta khám phá tin lành về Giáng sinh, ông mời chúng ta cảm nhận niềm vui và sự lạ lùng còn hơn cả thú vui của ngày lễ. Quyển sách này nói về niềm vui đời đời và Piper sẽ hướng chúng ta về phía Ngài là Chúa Jêsus".

– **J. A. Medders**, tác giả, *Chủ nghĩa Calvin khiêm tốn*; Mục sư, Hội thánh Risen, Houston, Texas.

"Các bài tĩnh nguyện cho Mùa Vọng từ ngòi bút của John Piper có thể ngắn gọn, nhưng chúng ta sẽ tìm thấy bề sâu và tư tưởng phong phú đã quá nổi tiếng của Piper. Nhờ có ý thức về sự vui kính, ông nắm tay và dẫn chúng ta vào trong nơi tôn nghiêm của sự nhập thể. Khi ngẫm nghĩ về Đức Chúa Con đã sinh ra cho chúng ta tại Bết-lê-hem, chúng ta càng muốn trân trọng tình yêu vô bờ trong sự đau đớn của Ngài tại đồi Gô-gô-tha hơn. Nếu muốn mùa Giáng sinh thật phong phú về mặt thuộc linh, hãy nghiền ngẫm những suy tư trong quyển sách này!"

– **Conrad Mbewe,** Mục sư, Hội thánh Báp-tít Kabwata, Lusaka, Zambia.

"Thật là một kho tàng chân lý về Chúa Jêsus! Trong quyển sách ngắn gọn và sâu sắc này, John Piper nâng góc nhìn của chúng ta hết lần này đến lần khác để thấy mùa Giáng sinh thực sự là tin mừng lớn cho bạn và tôi. Quyển sách này là một lời mời gọi để nhận biết Đức Chúa Con nhập thể được Đức Chúa Cha sai đến trong quyền phép của Đức Thánh Linh".

– **Abigail Dodds,** tác giả, *(Một) phụ nữ tiêu biểu: Tự do, trọn vẹn, và được gọi trong Đấng Christ*

TIN MỪNG LỚN

25 NGÀY TĨNH NGUYỆN CHO MÙA VỌNG

JOHN PIPER

BIÊN TẬP
DANIEL DOAN

DỊCH GIẢ
HA NGUYEN BICH

MỤC LỤC

Lời tựa	9
Giới thiệu	15
1. Chuẩn bị con đường	21
2. Đức Chúa Trời cao quý của Ma-ri	25
3. Sự thăm viếng được mong chờ từ lâu	29
4. Vì những người tầm thường của Đức Chúa Trời	33
5. Không có đường vòng từ Đồi Sọ	37
6. Bình an cho người đẹp lòng Chúa	41
7. Đấng Cứu thế cho các nhà thông thái	45
8. Ngôi sao kỳ lạ tại thành Bết-lê-hem	49
9. Hai hạng người chống đối Chúa Jêsus	53
10. Vàng, nhũ hương và một dược	57
11. Tại sao Chúa Jêsus đến?	61
12. Thay thế những hình bóng	67
13. Thực tại cuối cùng đã đến	71
14. Trở nên thực hữu cho dân Ngài	75
15. Sự sống và sự chết vào Giáng sinh	79
16. Nước thoái lui hay nhất của Đức Chúa Trời	83
17. Sự cứu rỗi vĩ đại nhất	87
18. Kiểu mẫu Giáng sinh cho công tác truyền giáo	91
19. Giáng sinh là vì sự tự do	95
20. Chiến dịch Giáng sinh	99
21. Sự chào đời của Đấng Thượng Cổ	103
22. Để khi các ngươi tin	107
23. Món quà tuyệt vời của Đức Chúa Trời	111
24. Hai mục đích trong mùa Giáng sinh	115

25. Ba món quà Giáng sinh — 119
    Kết luận — 123

    Phụ lục — 127
    Phụ lục Kinh Thánh — 131
    Ghi chú — 137
    Tác giả — 139
    Mục vụ Tiên Phong — 141

LỜI TỰA

Mùa Vọng là để yêu quý Chúa Jêsus. Ít nhất đó là quan điểm của chúng tôi về mùa vọng tại Mục vụ Desiring God.

Mùa Vọng là một giai đoạn diễn ra hằng năm có sự kiên nhẫn chờ đợi, trông đợi, tự vấn lương tâm và một tờ lịch đánh dấu các buổi đi nhà thờ, thăm viếng gia đình Cơ Đốc và những cá nhân đang tin theo Chúa Jêsus. Kinh Thánh không bắt buộc chúng ta phải có Mùa Vọng. Đó là một tùy chọn – một truyền thống đã phát triển trong suốt lịch sử Hội thánh với tư cách là thời gian chuẩn bị cho ngày giáng sinh. Nhiều người trong chúng ta thấy Mùa Vọng là thách thức về mặt thuộc linh, có sự thú vị và lợi ích.

Cụm từ "*mùa vọng*" có nguồn gốc từ tiếng La-tinh *adventus*, có nghĩa là "đang đến". Mùa vọng chủ yếu diễn ra vào tháng 12 hằng năm là sự giáng sinh lần đầu tiên của Chúa Jêsus cách đây hai ngàn năm. Nhưng sự tái lâm của Chúa Jêsus cũng được thu hút, như bài hát mừng Chúa giáng sinh nổi tiếng *"Phước cho nhân loại"* làm rõ điều này hơn:

Chúa đến tiêu diệt ác khiên bệnh tật
Tật lê không sinh trên đất;
Chúa đến đem lại suối phước chân thật,
Tràn ngập mọi vùng họa ương.[1]

Mùa Vọng bắt đầu vào Chúa Nhật thứ tư trước Giáng sinh và kết thúc vào đêm Giáng sinh. Điều này có nghĩa là càng bắt đầu sớm, tùy thuộc vào ngày Chúa Nhật, vào ngày 27 tháng 11, và bắt đầu muộn nhất là ngày 4 tháng 12. Trong khi Mùa Chay (giai đoạn chuẩn bị cho Lễ phục sinh) là bốn mươi ngày (cộng với sáu ngày Chúa Nhật), thì Mùa Vọng kéo dài từ hai mươi hai đến hai mươi chín ngày.

Cơ Đốc nhân khắp thế giới có những cách khác nhau để kỷ niệm và nhiều cách khác nhau để tổ chức Mùa Vọng. Vài người thắp nến. Một số người cất lên những bài hát. Số khác ăn kẹo. Một số khác nữa tặng quà. Vài người treo vòng hoa. Nhiều người trong chúng ta làm hết những điều kể trên. Qua nhiều thế kỷ, chúng ta đã phát triển nhiều cách hay để kỷ niệm sự giáng sinh của Chúa Jêsus còn xa hơn cả hai mươi bốn giờ ngắn ngủi vào ngày 25 tháng 12. Sự nhập thể của Con Đức Chúa Trời, "cho chúng ta và cho sự cứu rỗi chúng ta", giống như tín điều ngày xưa nói là: thật quan trọng đến nỗi không thể kỷ niệm trong một ngày. Đúng vậy, đó là điều chúng ta sẽ vui mừng kỷ niệm đến đời đời.

Lời cầu nguyện của chúng tôi đó là quyển sách nhỏ này có thể giúp chúng ta tập trung vào Chúa Jêsus là trọng tâm và kho báu lớn nhất trong mùa Giáng sinh. Nến và kẹo có chỗ của chúng, nhưng chúng ta muốn đảm bảo rằng dù tháng Mười hai có vội vã và ồn ào như thế nào, thì chúng ta vẫn yêu quý Chúa Jêsus hơn hết.

Vì vậy, "Hỡi môn đồ trung tín" có lẽ là chủ đề cho những bài tĩnh nguyện trong Mùa Vọng này.[2] Các bài tĩnh nguyện đều nói về việc yêu quý Đấng Christ, là Chúa. Đâu đó chúng ta sẽ nghe thấy tiếng "Em-ma-nu-ên, xin hãy đến!" và những tiếng khác, "Kìa! Thiên binh cùng nhau trỗi hát".[3] Tất nhiên là chúng ta sẽ có một đồ trang sức từ nhà chiêm tinh. Nhưng hình ảnh trọng tâm là Chúa Jêsus – em bé được sinh ra tại Bết-lê-hem, Thần nhân được bọc bằng khăn, nằm trong máng cỏ, số phận ở trên đồi Gô-gô-tha, được Cha sai đến để chịu chết và sống lại cho dân sự của Ngài.

Phần giới thiệu được thiết kế để đọc trước khi Mùa Vọng bắt đầu (hoặc bất kỳ thời gian nào trong suốt Mùa Vọng). Phần kết luận có thể đọc tùy chọn vào ngày Giáng sinh (hoặc trước đó, đặc biệt là nếu chúng ta tò mò về bản văn ưa thích của Mục sư John về Giáng sinh). Phần phụ lục về những hình bóng trong Cựu Ước và sự giáng sinh của Đấng Christ cùng với bài tĩnh nguyện vào ngày thứ 12 (chúng ta sẽ thấy một ghi chú trong ngoặc đơn).

Xin Chúa làm cho lòng yêu mến Chúa Jêsus của

chúng ta càng thêm ngọt ngào và sâu sắc qua Mùa Vọng năm nay.

David Mathis
Điều hành Biên tập
Desiring God

Cha ôi, Con muốn Con ở đâu thì những kẻ Cha đã giao cho Con cũng ở đó với Con, để họ ngắm xem sự vinh hiển của Con, là vinh hiển Cha đã ban cho Con, vì Cha đã yêu Con trước khi sáng thế.

Giăng 17:24

GIỚI THIỆU
CHÚA JÊSUS MUỐN ĐIỀU GÌ TRONG MÙA GIÁNG SINH NÀY?

Chúa Jêsus muốn điều gì trong mùa Giáng Sinh này? Chúng ta có thể thấy câu trả lời trong lời cầu nguyện của Ngài. Ngài đã cầu xin Đức Chúa Trời điều gì? Lời cầu nguyện dài nhất của Ngài là Giăng 17. Ước muốn cao nhất của Ngài là câu 24.

Trong số hết thảy tội nhân không xứng đáng ở trên thế giới, thì có những kẻ được Đức Chúa Trời "giao cho" Chúa Jêsus. Đây là những kẻ mà Đức Chúa Trời đã kéo đến với Con Ngài (Giăng 6:44, 65). Đây là *Cơ Đốc nhân* – những người đã *tiếp nhận* Chúa Jêsus là Cứu Chúa đã bị đóng đinh và sống lại, Ngài là Chủ và Kho báu cả đời của họ (Giăng 1:12; 3:17; 6:35; 10:11, 17–18; 20:28). Chúa Jêsus phán Ngài muốn họ ở với Ngài.

Đôi khi chúng ta nghe người ta nói Chúa tạo nên loài người vì Ngài cô đơn. Vậy là họ nói rằng: "Đức Chúa Trời đã tạo nên chúng ta để chúng ta có thể ở *với Ngài*". Chúa Jêsus có đồng ý với điều này không? Hình như Chúa có phán rằng Ngài thực sự muốn chúng ta ở với Ngài! Đúng rồi, nhưng tại sao? Hãy suy xét phần còn lại của câu Kinh Thánh. Tại sao Chúa Jêsus muốn chúng ta ở với Ngài?

> . . . để họ ngắm xem sự vinh hiển của Con, là vinh hiển Cha đã ban cho Con, vì Cha đã yêu Con trước khi sáng thế.

Đó là một cách kỳ lạ để thể hiện sự cô đơn của Ngài. "Con muốn họ ở với Con để họ thấy sự vinh hiển của Con". Trên thực tế, câu nói ấy không thể hiện Ngài đang cô đơn. Câu Kinh Thánh này cho thấy Chúa quan tâm đến sự thỏa mãn mà *chúng ta* tìm kiếm bấy lâu nay, chứ không phải nói rằng *Chúa* đang cô đơn.

Chúa Jêsus không cô đơn. Ngài và Cha và Thánh Linh được thỏa mãn tột cùng trong mối thông công của Ba Ngôi Đức Chúa Trời. Chúng ta, không phải Chúa, đang đói khát một điều gì đó. Còn điều Chúa Jêsus muốn trong mùa Giáng sinh là chúng ta kinh nghiệm được mục đích mà Ngài đã tạo nên chúng ta – đó là nhìn thấy và say mê vinh hiển của Ngài.

Chúa ơi, xin hãy khiến điều này khắc sâu vào tâm hồn của chúng con! Chúa Jêsus đã dựng nên chúng ta (Giăng 1:3) để nhìn thấy vinh hiển của Ngài.

Trước khi leo lên thập tự giá, Chúa Jêsus bênh vực cho những ước muốn sâu xa nhất của Ngài ở trước mặt Cha rằng: "Cha ơi, Con *muốn* [con khao khát!] Con ở đâu thì những kẻ Cha đã giao cho Con cũng ở đó với con *để họ ngắm xem sự vinh hiển của Con*".

Nhưng đó chỉ là một nửa những gì Chúa Jêsus muốn trong những lời cầu nguyện cao trào cuối cùng của Ngài. Tôi chỉ nói rằng chúng ta thực sự được tạo nên để nhìn thấy *và say mê* vinh hiển của Ngài. Có phải điều Chúa muốn là chúng ta không chỉ nhìn thấy vinh hiển của Ngài, mà còn say mê, vui thích, quý trọng, yêu mến vinh hiển ấy nữa chăng? Hãy xem câu 26, câu cuối cùng:

> Con đã tỏ danh Cha ra cho họ, Con lại sẽ tỏ ra nữa, *để cho tình yêu thương của Cha dùng yêu thương Con ở trong họ*, và chính mình Con cũng ở trong họ nữa.

Đó là kết thúc của lời cầu nguyện. Mục tiêu *cuối cùng* của Chúa Jêsus dành cho chúng ta là gì? Chúng ta không đơn thuần chỉ nhìn thấy vinh hiển của Ngài, mà chúng ta còn yêu Ngài bằng sự yêu thương mà Cha dành cho Ngài: "để cho tình yêu thương của Cha dùng yêu thương Con ở trong họ".

Mong muốn và mục tiêu của Chúa Jêsus là chúng ta nhìn thấy vinh hiển của Ngài, sau đó là có thể yêu mến những gì đã thấy bằng sự yêu thương mà Cha dành cho Con. Chúa không có ý phán chúng ta chỉ cần *bắt chước* sự yêu thương mà Cha dành cho Con. Ngài muốn phán rằng chính sự yêu thương của Cha trở thành sự yêu quý của chúng ta dành cho Đức Chúa Con – đó là chúng ta yêu quý Con bằng sự yêu thương mà Cha dành cho Con. Đó là điều Đức Thánh Linh làm ở trong đời sống của chúng ta: Cha yêu Con qua Thánh Linh.

Điều Chúa Jêsus muốn nhất trong mùa Giáng sinh là những kẻ lựa chọn của Ngài nhóm lại và nhận được điều *họ* mong chờ nhất – để *nhìn thấy* vinh hiển của Ngài rồi *say mê* vinh hiển ấy bằng sự say mê mà Cha dành cho Con.

Điều tôi muốn nhất trong mùa Giáng sinh năm nay là cùng bạn (và nhiều người khác nữa) nhìn thấy Đấng Christ một cách trọn vẹn nhất, và chúng ta cùng nhau yêu mến điều đã thấy bằng sự yêu thương vượt xa khả năng còn miễn cưỡng của chúng ta. Đây là mục tiêu của chúng ta cho những bài tĩnh nguyện trong Mùa Vọng này. Chúng ta muốn cùng nhau nhìn thấy và say mê Chúa Jêsus để kỷ niệm mùa vọng (đang đến) đầu tiên của Ngài và cũng để kỷ niệm mùa vọng thứ hai của Ngài nữa.

Đây là điều Chúa Jêsus cầu thay cho chúng ta trong mùa Giáng sinh này: "Lạy Cha, xin cho họ nhìn thấy vinh hiển của Con và ban cho họ niềm vui ở trong Con mà Cha dành cho Con". Hy vọng chúng ta có thể *nhìn thấy* Đấng Christ bằng góc nhìn của Đức Chúa Trời và *say mê* Đấng Christ bằng tấm lòng của Đức Chúa Trời. Đó là điều cốt lõi của thiên đàng. Đó là món quà mà Đấng Christ đã đến chuộc mua cho tội nhân bằng cách Ngài chịu chết thay cho chúng ta.

Người sẽ làm cho nhiều con trai Y-sơ-ra-ên trở lại cùng Chúa, là Đức Chúa Trời của họ; chính người lại sẽ lấy tâm thần quyền phép Ê-li mà đi trước mặt Chúa, để đem lòng cha trở về con cái, kẻ loạn nghịch đến sự khôn ngoan của người công bình, đặng sửa soạn cho Chúa một dân sẵn lòng.

Lu-ca 1:16-17

NGÀY 1
CHUẨN BỊ CON ĐƯỜNG

Những gì Giăng Báp-tít đã làm cho dân Y-sơ-ra-ên, thì Mùa Vọng có thể làm cho chúng ta. Đừng thiếu sự chuẩn bị trong mùa Giáng Sinh này. Ý tôi là thiếu chuẩn bị về mặt *thuộc linh*. Niềm vui và tác động của Giáng sinh sẽ lớn hơn nhiều nếu chúng ta sẵn sàng!

Vậy, chúng ta hãy *chuẩn bị*. . .

Đầu tiên, hãy suy gẫm về một sự thật đó là chúng ta cần một *Cứu Chúa*. Giáng sinh là một bản cáo trạng trước khi trở thành sự vui mừng. "Ấy là hôm nay tại thành Đa-vít đã sanh cho các ngươi một *Đấng Cứu thế*, là Christ, là Chúa" (Lu-ca 2:11). Nếu chúng ta không cần một Đấng Cứu thế, thì chúng ta không cần Giáng Sinh. Giáng sinh sẽ không có tác động tốt cho đến khi chúng ta thực sự cần một Đấng Cứu Thế. Hãy để những bài tĩnh nguyện ngắn gọn trong Mùa Vọng này giúp chúng ta đánh thức cảm giác cần một Đấng Cứu Thế vừa đắng vừa ngọt.

Thứ hai, hãy sốt sắng tự tra xét bản thân. Mùa Vọng cho Giáng sinh giống như Mùa Chay cho Phục sinh. "Đức Chúa Trời ơi, xin hãy tra xét tôi, và biết lòng tôi; Hãy thử thách tôi, và biết tư tưởng tôi; Xin xem thử tôi có lối ác nào chăng, xin dắt tôi vào con đường đời đời" (Thi thiên 139:23–24). Mỗi tấm lòng hãy *chuẩn bị cho Ngài một phòng*... bằng cách dọn dẹp nhà cửa.

Thứ ba, hãy xây dựng một bầu không khí tôn cao Đức Chúa Trời thật vui tươi, mong chờ và kỳ vọng ở trong nhà – đặc biệt là đối với con cái. Nếu chúng ta mừng rỡ về Đấng Christ, thì chúng cũng sẽ mừng rỡ theo. Nếu chúng ta chỉ có thể làm cho Giáng sinh trở nên thú vị bằng vật chất, thì làm sao con cái có sự đói khát Chúa đây? Hãy bẻ cong những nỗ lực tưởng tượng của chúng ta để làm cho sự giáng sinh kỳ diệu của Đức Vua trở thành hiện thực đối với con cái.

Thứ tư, hãy dồn hết mọi thứ quay trở lại với Kinh thánh và học thuộc lòng những phân đoạn quan trọng! "Lời ta há chẳng như lửa . . . ? Đức Giê-hô-va phán vậy" (Giê-rê-mi 23:29). Hãy ngồi xung quanh đám lửa trong Mùa Vọng năm nay. Có sự ấm áp. Có sự lấp lánh đầy màu sắc của ân điển. Có sự chữa lành cho hàng ngàn vết thương. Có ánh sáng cho những đêm tối mịt.

Linh hồn tôi ngợi khen Chúa,
tâm thần tôi mừng rỡ trong Đức Chúa Trời,
là Cứu Chúa tôi,
vì Ngài đã đoái đến sự hèn hạ của tôi tớ Ngài.
Nầy, từ rày về sau, muôn đời sẽ khen tôi là kẻ có phước;
bởi Đấng Toàn năng đã làm các việc lớn cho tôi.
Danh Ngài là thánh,
và Ngài thương xót kẻ kính sợ Ngài từ đời nầy sang
đời kia.
Ngài đã dùng cánh tay mình để tỏ ra quyền phép;
và phá tan mưu của kẻ kiêu ngạo toan trong lòng.
Ngài đã cách người có quyền khỏi ngôi họ,
và nhắc kẻ khiêm nhượng lên.
Ngài đã làm cho kẻ đói được đầy thức ngon,
và đuổi kẻ giàu về tay không.
Ngài đã vùa giúp Y-sơ-ra-ên, tôi tớ Ngài,
và nhớ lại sự thương xót mình
đối với Áp-ra-ham cùng con cháu người luôn luôn,
như Ngài đã phán cùng tổ phụ chúng ta vậy.

Lu-ca 1:46–55

NGÀY 2
ĐỨC CHÚA TRỜI CAO QUÝ CỦA MA-RI

Ma-ri thấy rõ một điều đáng chú ý nhất về Đức Chúa Trời: Ngài sắp thay đổi dòng lịch sử của cả nhân loại; ba thập kỷ quan trọng nhất trong lịch sử sắp sửa bắt đầu.

Đức Chúa Trời đang ở đâu? Ngài ở cùng hai người nữ vô danh và khiêm nhường – một phụ nữ già nua hiếm muộn (Ê-li-sa-bét), một cô gái trẻ đồng trinh (Ma-ri). Ma-ri xúc động trước khải tượng của Đức Chúa Trời, Đấng đoái đến kẻ thấp hèn, đến nỗi vỡ òa trong lời ca – bài hát được biết đến là "Kinh ngợi khen".

Ma-ri và Ê-li-sa-bét là những người nữ anh hùng tuyệt vời trong lời tường thuật của Lu-ca. Ông yêu mến đức tin của những người nữ này. Điều ông ấn tượng nhất, đã xuất hiện, và cũng là điều ông muốn nhấn mạnh với Thê-ô-phi-lơ, độc giả quý phái của Phúc Âm Lu-ca, là sự thấp hèn và niềm vui khiêm tốn của Ê-li-sa-bét và Ma-ri khi họ đầu phục Đức Chúa Trời cao quý của họ.

Ê-li-sa-bét nói (Lu-ca 1:43) rằng: "Nhân đâu ta được sự vẻ vang nầy, là mẹ Chúa ta đến thăm ta?" Còn Ma-ri nói (Lu-ca 1:48) rằng: "Ngài đã đoái đến sự hèn hạ của tôi tớ Ngài".

Những người duy nhất có tâm thần thực sự tôn cao Đức Chúa Trời là những người như Ê-li-sa-bét và Ma-ri – họ nhận biết sự thấp hèn của mình và choáng ngợp trước sự hạ mình của Đức Chúa Trời cao quý.

Ngợi khen Chúa, là Đức Chúa Trời của Y-sơ-ra-ên, vì đã thăm viếng và chuộc dân Ngài, cùng sanh ra cho chúng tôi trong nhà Đa-vít, tôi tớ Ngài, một Đấng Cứu thế có quyền phép! Như lời Ngài đã dùng miệng các thánh tiên tri phán từ thuở trước, Ngài cứu chúng tôi khỏi kẻ thù và tay mọi người ghen ghét chúng tôi;

Lu-ca 1:68–71

NGÀY 3
SỰ THĂM VIẾNG ĐƯỢC MONG CHỜ TỪ LÂU

Hãy để tâm đến hai điều đáng chú ý từ mấy lời của Xa-cha-ri, chồng của Ê-li-sa-bét, trong Lu-ca 1:68–71.

Thứ nhất, vào chín tháng trước, Xa-cha-ri đã không tin rằng vợ mình sẽ có một đứa con. Bây giờ, được đầy dẫy Đức Thánh Linh, ông trở nên rất tự tin về công tác cứu rỗi của Đức Chúa Trời qua Đấng Mê-si đến nỗi ông nói trong thì quá khứ rằng: "Ngài đã thăm viếng và chuộc dân Ngài". Đối với tâm trí có đức tin, thì điều Chúa đã hứa cũng tốt lành như điều Ngài đã làm. Xa-cha-ri đã học cách tin cậy Chúa thật như Lời, vì thế mà ông sự bảo đảm đặc biệt rằng: Đức Chúa Trời "đã thăm viếng và chuộc dân Ngài!" (Lu-ca 1:68). Thứ hai, sự giáng sinh của Chúa Jêsus, Đấng Mê-si, là Đức Chúa Trời thăm viếng thế giới của chúng ta: *Đức Chúa Trời của dân Y-sơ-ra-ên đã thăm viếng và cứu chuộc dân Ngài.* Trong nhiều thế kỷ, dân Do Thái đã tiều tụy vì tin rằng Đức Chúa Trời đã lìa bỏ họ: những lời tiên tri đã chấm dứt và dân Y-sơ-ra-ên rơi vào tay của Đế quốc La Mã. Hết thảy người tin kính trong dân Y-sơ-ra-ên đều trông đợi sự thăm viếng của Đức Chúa Trời. Lu-ca cho chúng ta biết về người đàn ông cao tuổi tên là Si-mê-ôn, ông là người công bình đạo đức, đã "trông đợi sự yên ủi dân Y-sơ-ra-ên" (Lu-ca 2:25). Tương tự như vậy, tiên tri An-ne cũng "trông đợi sự giải cứu của thành Giê-ru-sa-lem" (Lu-ca 2:38).

Sự trông đợi vào những ngày này là rất lớn. Giờ đây, sự viếng thăm của Đức Chúa Trời đã chờ đợi từ lâu sắp xảy ra – thật vậy, Ngài đến theo cách chẳng ai ngờ.

Lúc ấy, Sê-sa Au-gút-tơ ra chiếu chỉ phải lập sổ dân trong cả thiên hạ. Việc lập sổ dân nầy là trước hết, và nhằm khi Qui-ri-ni-u làm quan tổng đốc xứ Sy-ri. Ai nấy đều đến thành mình khai tên vào sổ. Vì Giô-sép là dòng dõi nhà Đa-vít, cho nên cũng từ thành Na-xa-rét, xứ Ga-li-lê, lên thành Đa-vít, gọi là Bết-lê-hem, xứ Giu-đê, để khai vào sổ tên mình và tên Ma-ri, là người đã hứa gả cho mình, đương có thai.

Lu-ca 2:1–5

NGÀY 4
VÌ NHỮNG NGƯỜI TẦM THƯỜNG CỦA ĐỨC CHÚA TRỜI

Chúng ta có từng nghĩ thật tuyệt vời khi Đức Chúa Trời đã định trước cho Đấng Mê-si sinh ra ở thành Bết-lê-hem (như lời tiên tri trong Mi-chê 5:2 cho biết)? Chúng ta có ngạc nhiên trước những điều đã được sắp đặt vào đúng thời điểm chăng, mẹ của Đấng Mê-si và người cha về mặt pháp lý đang sinh sống tại thành Na-xa-rét chứ không phải Bết-lê-hem, để cho ứng nghiệm Lời Chúa đã phán và đem hai người tầm thường, nhỏ bé đến thành Bết-lê-hem vào Giáng sinh đầu tiên, Đức Chúa Trời giục lòng của Sê-sa Au-gút-tơ khiến cả đế quốc La Mã phải đến thành mình ghi tên vào sổ? Một sắc lệnh làm lay chuyển cả thiên hạ để đem hai người này đi hết bảy mươi dặm!

Chúng ta có bao giờ cảm thấy, giống như tôi, nhỏ bé và tầm thường trong thế giới bảy tỷ người, tin tức đều nói về các phong trào chính trị, kinh tế và xã hội rầm rộ, những con người lạ thường có tầm ảnh hưởng đến toàn cầu, đầy quyền lực và thanh thế chăng? Nếu có, thì đừng để những điều đó khiến chúng ta thất vọng hoặc không hạnh phúc. Vì Kinh Thánh ngụ ý rằng hết thảy lực lượng chính trị to như voi cổ và tất cả khu phức hợp công nghiệp khổng lồ, đều được lèo lái bởi Đức Chúa Trời mà chính họ còn không nhận ra, chẳng phải vì lợi ích của họ đâu, mà vì ích lợi cho những người tầm thường của Đức Chúa Trời – Ma-ri và Giô-sép thật là tầm thường, họ đã đi từ thành Na-xa-rét đến thành Bết-lê-hem. Đức Chúa Trời dùng một đế chế để làm ứng nghiệm Lời Chúa và ban phước cho con cái Ngài.

Đừng cho rằng vì cớ nghịch cảnh trong thế giới nhỏ bé của chúng ta, nên Đức Chúa Trời đã rút ngắn bàn tay của Ngài lại. Sự thịnh vượng hay danh tiếng không quan trọng, mà sự thánh khiết của chúng ta mới là điều Chúa tìm kiếm hết lòng. Vì thế mà Chúa cai trị cả thế gian. Châm ngôn 21:1 chép rằng: "Lòng của vua ở trong tay Đức Giê-hô-va khác nào dòng nước chảy; Ngài làm nghiêng lệch nó bề nào tùy ý Ngài muốn". Chúa luôn làm nghiêng lệch dòng nước ấy vì Chúa muốn cứu rỗi, làm nên thánh và ban sự sống đời đời cho dân sự của Ngài.

Ngài là Đức Chúa Trời phi thường của những người tầm thường, chúng ta có lý do lớn để vui mừng, hết thảy các vua, các tổng thống, các thủ tướng, các thầy hiệu trưởng và các bậc lãnh tụ trên thế giới, đều không biết rằng họ đang làm theo ý định tối cao của Cha chúng ta ở trên trời, hầu cho chúng ta là con cái của Ngài được biến hóa nên giống như hình ảnh của Con Ngài là Đức Chúa Jêsus Christ – và sau đó bước vào sự vinh hiển đời đời của Ngài.

Đang khi hai người ở nơi đó, thì ngày sanh đẻ của Ma-ri đã đến. Người sanh con trai đầu lòng, lấy khăn bọc con mình, đặt nằm trong máng cỏ, vì nhà quán không có đủ chỗ ở.

Lu-ca 2:6–7

NGÀY 5
KHÔNG CÓ ĐƯỜNG VÒNG TỪ ĐỒI SỌ

Chúng ta nghĩ rằng nếu Đức Chúa Trời cai trị thế giới qua việc sử dụng một cuộc điều tra dân số toàn đế chế để đem Ma-ri và Giô-sép đến thành Bết-lê-hem, thì Chúa cũng có thể chuẩn bị chỗ ở trong quán trọ cho họ.

Đúng là Ngài có thể làm như vậy. Ngài tuyệt đối có thể làm được! Chúa Jêsus *có thể* được sinh ra trong một gia đình giàu có. Ngài *có thể* hóa đá thành bánh trong đồng vắng. Ngài *có thể* triệu tập một vạn thiên binh để giúp mình trong vườn Ghết-sê-ma-nê. Ngài *có thể* xuống khỏi thập tự giá và tự cứu mình. Câu hỏi không phải là Đức Chúa Trời *đã có thể* làm gì, mà Ngài *đã chọn* làm gì.

Ý muốn của Đức Chúa Trời đó là Đấng Christ vốn giàu, vì chúng ta mà tự làm nên nghèo. Các biển báo "hết phòng" từ tất cả nhà nghỉ ở thành Bết-lê-hem là *vì chúng ta*. "Ngài vốn giàu, vì *anh em* mà tự làm nên nghèo" (2 Cô-rinh-tô 8:9).

Đức Chúa Trời cai trị muôn vật – ngay cả sức chứa của khách sạn và các dịch vụ Airbnb – vì lợi ích của con cái Ngài. Con đường thập tự bắt đầu bằng một biển báo "hết phòng" ở thành Bết-lê-hem và kết thúc với sự khạc nhổ và chế nhạo cây thập tự ở Giê-ru-sa-lem.

Chúng ta không được quên Chúa Jêsus đã phán rằng: "Nếu ai muốn theo ta, phải tự bỏ mình đi, mỗi ngày vác thập tự giá mình mà theo ta" (Lu-ca 9:23).

Chúng ta đi với Chúa trên con đường thập tự và nghe Ngài phán rằng: "Hãy nhớ lời ta đã nói cùng các ngươi: 'Đầy tớ chẳng lớn hơn chủ mình'. Nếu họ đã bắt bớ ta, ắt cũng bắt bớ các ngươi" (Giăng 15:20).

Đối với kẻ nhiệt thành thưa cùng Chúa rằng: "Chúa đi đâu tôi sẽ theo đó. Đức Chúa Jêsus đáp rằng: "Con cáo có hang, chim trời có ổ; song Con người không có chỗ mà gối đầu" (Lu-ca 9:57–58).

Đúng vậy, Đức Chúa Trời đã có thể chuẩn bị một phòng cho sự giáng sinh của Chúa Jêsus. Nhưng đó sẽ là một đường vòng ra khỏi con đường thập tự.

"Nầy là dấu cho các ngươi nhìn nhận Ngài: Các ngươi sẽ gặp một con trẻ bọc bằng khăn, nằm trong máng cỏ. Bỗng chúc có muôn vàn thiên binh với thiên sứ đó ngợi khen Đức Chúa Trời rằng:

Sáng danh Chúa trên các từng trời rất cao, bình an dưới đất, ân trạch cho loài người!"

Lu-ca 2:12–14

NGÀY 6
BÌNH AN CHO NGƯỜI ĐẸP LÒNG CHÚA

Bình an cho ai? Có một nốt nhạc ảm đạm vang lên trong lời ngợi khen của các thiên sứ. Bình an dưới đất, ân ban cho loài người. Bình an cho người đẹp lòng Ngài. Vả, không có đức tin, thì chẳng hề có thế nào ở cho đẹp ý Ngài (Hê-bơ-rơ 11:6). Do đó, Giáng sinh không mang lại bình an cho tất cả mọi người.

Chúa Jêsus phán: "Vả, sự đoán xét đó là như vầy: Sự sáng đã đến thế gian, mà người ta ưa sự tối tăm hơn sự sáng, vì việc làm của họ là xấu xa." (Giăng 3:19). Hoặc như ông Si-mê-ôn cao tuổi đã nói khi gặp con trẻ Jêsus rằng: "Đây, con trẻ nầy đã định làm một cớ cho nhiều người trong Y-sơ-ra-ên vấp ngã hoặc dấy lên, và định làm một dấu gây nên sự cãi trả . . . Ấy vậy tư tưởng trong lòng nhiều người sẽ được bày tỏ" (Lu-ca 2:34–35). Ôi, có bao nhiêu người trong chúng ta trông chờ ngày Giáng sinh trống trải và lạnh lẽo, không thấy điều gì hơn ngoài một dấu hiệu bị phản đối.

"Ngài đã đến trong xứ mình, song dân mình chẳng hề nhận lấy. Nhưng hễ ai đã nhận Ngài, thì Ngài ban cho quyền phép trở nên con cái Đức Chúa Trời, là ban cho những kẻ *tin* danh Ngàii" (Giăng 1:11–12). Chỉ có các môn đồ của Chúa Jêsus mới được nghe Chúa phán rằng: "Ta để sự bình an lại cho các ngươi; ta ban sự bình an ta cho các ngươi; ta cho các ngươi sự bình an chẳng phải như thế gian cho. Lòng các ngươi chớ bối rối và đừng sợ hãi" (Giăng 14:27).

Người nào vui hưởng sự bình an của Đức Chúa Trời vượt quá mọi sự hiểu biết là những người dùng lời cầu nguyện và nài xin mà trình các sự cầu xin của mình cho Đức Chúa Trời ở trong mọi sự (Phi-líp 4:6–7).

Chìa khóa để nhận được sự bình an quý báu của Đức Chúa Trời là tin cậy những lời hứa của Ngài. Vì vậy, sứ đồ Phao-lô cầu nguyện rằng: "Xin Đức Chúa Trời của sự trông cậy, làm cho anh em đầy dẫy mọi điều vui vẻ và mọi điều bình an *trong đức tin*" (Rô-ma 15:13). Khi chúng ta có lòng tin vào những lời hứa của Đức Chúa Trời, có sự vui mừng, sự bình an và tình yêu thương, thì Đức Chúa Trời được vinh hiển. Sáng danh Chúa trên các từng trời rất cao, bình an dưới đất, ân trạch cho loài người! Mọi người – tức là từ mọi dân, mọi tiếng, mọi chi phái, mọi nước – là những kẻ tin Ngài.

Khi Đức Chúa Jêsus đã sanh tại thành Bết-lê-hem, xứ Giu-đê, đang đời vua Hê-rốt, có mấy thầy bác sĩ ở đông phương đến thành Giê-ru-sa-lem, mà hỏi rằng: Vua dân Giu-đa mới sanh tại đâu?"

Ma-thi-ơ 2:1–2

NGÀY 7
ĐẤNG CỨU THẾ CHO CÁC NHÀ THÔNG THÁI

Không giống như Lu-ca, sứ đồ Ma-thi-ơ không kể về những người chăn chiên đến thăm Chúa Jêsus tại chuồng chiên. Ông tập trung nhắc đến những người ngoại quốc – không phải dân Do Thái, đến từ đông phương để thờ lạy Chúa Jêsus.

Vậy, sứ đồ Ma-thi-ơ mô tả Chúa Jêsus ở phần đầu và phần cuối trong Phúc Âm của mình là Đấng Mê-si cho muôn dân, chứ không chỉ cho người Do Thái.

Những kẻ thờ phượng Chúa đầu tiên là các nhà thông hái, hoặc là các nhà chiêm tinh, không phải dân Y-sơ-ra-ên, mà đến từ đông phương – có thể là từ Ba-by-lôn. Họ là dân ngoại. Không tinh sạch, theo luật hành lễ của Cựu Ước.

Đến cuối sách Ma-thi-ơ, mấy lời cuối cùng của Chúa Jêsus là: "Hết cả quyền phép ở trên trời và dưới đất đã giao cho ta. Vậy, hãy đi dạy dỗ muôn dân" (Ma-thi-ơ 28:18–19).

Điều này không chỉ mở cửa cho dân ngoại như chúng ta vui mừng trong Đấng Mê-si; mà còn đưa ra thêm bằng chứng rằng Ngài là Đấng Mê-si vì một trong những lời tiên tri được lặp đi lặp lại đó là các nước và các vua sẽ đến cùng Ngài là Đấng cai trị cả thế gian. Thí dụ, trong Ê-sai 60:3 chép rằng:

Các dân tộc sẽ đến nơi sự sáng ngươi, các vua sẽ đến nơi sự chói sáng đã mọc lên trên ngươi.

Vì vậy, sứ đồ Ma-thi-ơ đưa ra thêm bằng chứng về công tác cứu rỗi của Chúa Jêsus *và* cho thấy Ngài là Đấng Mê-si – là vua và Đấng làm trọn lời hứa – cho muôn dân, không chỉ dân Y-sơ-ra-ên.

Vua dân Giu-đa mới sanh tại đâu? Vì chúng ta đã thấy ngôi sao Ngài bên đông phương, nên đến đặng thờ lạy Ngài.

Ma-thi-ơ 2:2

NGÀY 8
NGÔI SAO KỲ LẠ TẠI THÀNH BẾT-LÊ-HEM

Hết lần này đến lần khác, Kinh Thánh khiến chúng ta liên tục tò mò về cách mọi việc đã xảy ra. Làm thế nào một "ngôi sao" có thể dẫn các nhà thông thái từ đông phương đến Giê-ru-sa-lem?

Kinh Thánh không cho biết ngôi sao đã dẫn đường họ hay đi trước họ trên đường đến thành Giê-ru-sa-lem. Kinh Thánh chỉ nói rằng họ đã thấy ngôi sao từ đông phương (Ma-thi-ơ 2:2) đã đến thành Giê-ru-sa-lem. Làm thế nào ngôi sao ấy đi trước mặt họ trong quãng đường chỉ dài năm dặm từ thành Giê-ru-sa-lem đến thành Bết-lê-hem như trong Ma-thi-ơ 2:9 đã thuật lại? Một ngôi sao "dừng lại ngay trên chỗ con trẻ ở" như thế nào?

Câu trả lời là: chúng ta không biết. Có rất nhiều nỗ lực để giải thích điều này là do các hành tinh liên kết lại hoặc sao chổi hay sao băng hay các luồng ánh sáng kỳ diệu nào đó. Chúng ta không rõ. Tôi muốn khuyên chúng ta đừng quá bận tâm đến điều này – đừng bị mắc kẹt – trước những học thuyết chỉ mang tính phỏng đoán và chứa đựng rất ít ý nghĩa thuộc linh.

Tôi xin cảnh báo chúng ta một cách khái quát rằng: những người nghiên cứu và bận tâm đến những điều đại loại như vậy, nào là làm thế nào ngôi sao có thể dẫn đường, biển Đỏ rẽ ra bằng cách nào, làm thế nào bánh ma-na rơi từ trời xuống, Giô-na sống sót trong bụng cá ra sao và làm thế nào mặt trăng hóa ra máu, đều là những người theo tôi hay gọi là có quan tâm đến chuyện bên lề.

Chúng ta không thấy họ quan tâm cách sâu sắc đến trọng tâm của Phúc Âm, đó là: sự thánh khiết của Đức Chúa Trời, sự gớm ghiếc của tội lỗi, sự bất lực của loài người, sự chết của Đấng Christ, sự xưng công bình chỉ bởi đức tin, sự làm nên thánh của Đức Thánh Linh, sự vinh hiển của Đấng Christ tái lâm và sự phán xét sau cùng. Họ thường xuyên làm sao lãng chúng ta bằng những bài viết hoặc sách báo mà họ cảm thấy hứng thú với những chuyện bên lề. Không quá vui mừng về những thực tại trọng tâm rất vĩ đại.

Nhưng điều rõ ràng chúng ta nên quan tâm là ngôi sao đang có một hiện tượng không thể tự mình làm ra được: nó đang dẫn dắt các nhà thông thái đến gặp Con Đức Chúa Trời để thờ lạy Ngài.

Chỉ có một đối tượng duy nhất theo Kinh Thánh đang điều khiển các vì sao này, đó là: Đức Chúa Trời.

Vì vậy, bài học hết sức đơn giản là: Đức Chúa Trời đang dìu dắt dân ngoại đến gặp Đấng Christ để thờ lạy Ngài. Chúa đang làm điều đó bằng cách tác động và sử dụng quyền năng để chi phối toàn cầu – thậm chí là cả vũ trụ.

Bác sĩ Lu-ca cho thấy, Đức Chúa Trời chi phối toàn bộ Đế chế La Mã, hầu cho cuộc điều tra dân số xảy ra vào thời điểm chính xác để đưa một trinh nữ tầm thường đến thành Bết-lê-hem, nhằm làm ứng nghiệm lời tiên tri về sự sanh nở của nàng. Sứ đồ Ma-thi-ơ cho thấy Đức Chúa Trời tác động các vì sao để đưa vài người ngoại quốc đến thành Bết-lê-hem hầu cho họ được thờ lạy Con.

Đây là ý định của Đức Chúa Trời. Ngài đã thực hiện mọi việc. Chúa vẫn còn làm như vậy ngày hôm nay. Mục tiêu của Ngài là các nước – muôn dân (Ma-thi-ơ 24:14) – đều thờ lạy Con.

Đây là ý muốn của Đức Chúa Trời dành cho tất cả mọi người tại nơi làm việc, trong lớp học, hàng xóm và gia đình của chúng ta. Trong Giăng 4:23 chép rằng: "Ấy đó là những kẻ thờ phượng mà Cha ưa thích vậy".

Ở phần đầu sách Ma-thi-ơ, chúng ta vẫn có một khuôn mẫu "đến xem". Nhưng đến phần cuối, khuôn mẫu ấy trở thành "đi nói" Các nhà thông thái đã đến xem. Chúng ta phải đi nói.

Nhưng điều vẫn được giữ nguyên là mục đích và quyền phép của Đức Chúa Trời trong việc nhóm muôn dân lại để thờ lạy Con. Đấng Christ được tán dương trong sự thờ phượng nóng cháy của muôn dân chính là lý do vì sao thế giới này được tạo ra.

Nghe tin ấy, vua Hê-rốt cùng cả thành Giê-ru-sa-lem đều bối rối.

Ma-thi-ơ 2:3

NGÀY 9
HAI HẠNG NGƯỜI CHỐNG ĐỐI CHÚA JÊSUS

Chúa Jêsus gây bối rối cho những kẻ không muốn thờ phượng Ngài và khuấy động sự phản đối chống lại những người thờ phượng Chúa. Đây có lẽ không phải là ý chính của Ma-thi-ơ, nhưng là một ngụ ý không thể tránh khỏi trong diễn biến của câu chuyện.

Trong câu chuyện này, có hai hạng người không muốn thờ phượng Chúa Jêsus.

Hạng người đầu tiên chỉ đơn giản là không đả động gì đến Chúa. Ngài là một kẻ vô danh trong cuộc sống của họ. Nhóm này được đại diện bởi các thầy tế lễ cả và các thầy thông giáo ngay từ đầu trong cuộc đời của Chúa Jêsus. Ma-thi-ơ 2:4 chép rằng: "Vua bèn nhóm các thầy tế lễ cả và các thầy thông giáo trong dân lại mà tra hỏi rằng Đấng Christ phải sanh tại đâu". Vậy, họ cho vua biết, rồi quay lại với công việc của mình như thường lệ. Sự im lặng tuyệt đối và thiếu hành động của các lãnh đạo cho thấy họ bị choáng ngợp trước tầm quan trọng của những gì sắp xảy ra.

Hãy chú ý Ma-thi-ơ 2:3 chép rằng: "Nghe tin ấy, vua Hê-rốt cùng cả thành Giê-ru-sa-lem đều bối rối". Nói cách khác, tin đồn về việc ai đó cho rằng Đấng Mê-si đã ra đời đang được lan truyền. Sự thụ động của các thầy tế lễ cả thật đáng kinh ngạc: tại sao họ không đi với các nhà thông thái? Họ không quan tâm. Họ không thiết tha tìm kiếm Con Đức Chúa Trời và thờ lạy Ngài.

Hạng người thứ hai không muốn thờ phượng Chúa Jêsus là những người cảm thấy bị Ngài đe dọa vô cùng. Đó là vua Hê-rốt ở trong câu chuyện này. Ông đã rất sợ hãi đến nỗi bày mưu, nói dối và sau đó giết người hàng loạt chỉ để loại bỏ Chúa Jêsus.

Ngày hôm nay, hai hạng người chống đối Đấng Christ và người nào thờ phượng Chúa là: sự thờ ơ và thù địch. Tôi hy vọng rằng chúng ta không thuộc về một trong hai nhóm người này.

Nếu là Cơ đốc nhân, thì Giáng sinh này là thời điểm để chúng ta suy gẫm về ý nghĩa – giá trả như thế nào để thờ phượng và tin theo Đấng Mê-si.

Mấy thầy thấy ngôi sao, mừng rỡ quá bội. Khi vào đến nhà, thấy con trẻ cùng Ma-ri, mẹ Ngài, thì sấp mình xuống mà thờ lạy Ngài; rồi bày của báu ra, dâng cho Ngài những lễ vật, là vàng, nhũ hương, và một dược.

Ma-thi-ơ 2:10–11

NGÀY 10
VÀNG, NHŨ HƯƠNG VÀ MỘT DƯỢC

Ngài cũng chẳng dùng tay người ta hầu việc Ngài dường như có cần đến sự gì (Công-vụ 17:25). Các nhà thông thái không dâng các lễ vật để tiếp trợ hoặc đáp ứng nhu cầu nào đó. Nếu khách ngoại quốc đem theo những tặng phẩm hoàng gia, thì đó sẽ là hành động bất kính đối với nhà vua.

Những món quà này cũng không phải để hối lộ. Phục truyền 10:17 chép rằng Đức Chúa Trời chẳng nhận của hối lộ. Vậy thì chúng có nghĩa là gì? Họ thờ phượng bằng cách nào?

Những món quà đem tặng cho người giàu không hề thiếu thốn gì cả để bày tỏ sự thán phục dành cho người đó. Về mặt nào đó, thì tặng quà cho Đấng Christ giống như kiêng ăn – tức là từ bỏ điều gì đó để cho thấy Đấng Christ còn quý giá hơn những gì chúng ta đã từ bỏ.

Khi chúng ta dâng lên Đấng Christ một món quà như vậy, thì đó là cách để nói rằng: "Niềm vui mà tôi đeo đuổi [để ý Ma-thi-ơ 2:10! "Mấy thầy thấy ngôi sao, mừng rỡ quá bội"] không phải là muốn làm giàu bằng cách đổi chác với Ngài hoặc thương lượng về khoản thù lao nào đó. Tôi đến cùng Ngài không phải vì *vật chất*, mà vì *chính Ngài*. Tôi khao khát điều này mãnh liệt đến nỗi đã từ bỏ *vật chất* để mong được sống với Ngài nhiều hơn. Khi dâng lên Chúa những điều Ngài chẳng cần và những thứ tôi thích, tôi đang nói cách nghiêm túc và chân thành rằng: 'Chúa là của báu của con, còn vật chất thì không phải'".

Tôi nghĩ đó là ý nghĩa của sự thờ phượng Chúa bằng cách dâng vàng, nhũ hương và một dược. Hay bất kỳ điều gì khác mà chúng ta muốn dâng lên Chúa.

Xin Đức Chúa Trời đánh thức sự khao khát Chúa ở trong chúng ta. Hy vọng chúng ta có thể nói tận đáy lòng rằng: "Lạy Chúa Jêsus, Ngài là Đấng Mê-si, Vua của Y-sơ-ra-ên. Muôn dân sẽ đến và thờ lạy trước mặt Ngài. Đức Chúa Trời lèo lái cả thế gian để nhìn thấy Ngài được thờ phượng. Vì thế nên dù có bất kỳ sự chống đối nào, tôi vẫn vui mừng tôn Ngài là Đấng uy quyền và cao uý mà dâng lên Ngài những món quà để nói rằng chỉ có Chúa mới làm thỏa mãn tấm lòng tôi".

Vậy thì, vì con cái có phần về huyết và thịt, nên chính Đức Chúa Jêsus cũng có phần vào đó, hầu cho Ngài bởi sự chết mình mà phá diệt kẻ cầm quyền sự chết, là ma quỉ, lại cho giải thoát mọi người vì sợ sự chết, bị cầm trong vòng tôi mọi trọn đời.

Hê-bơ-rơ 2:14–15

NGÀY 11
TẠI SAO CHÚA JÊSUS ĐẾN?

Tôi nghĩ Hê-bơ-rơ 2:14–15 là bản văn về Mùa Vọng mà tôi rất thích vì tôi không thấy có bản văn nào thể hiện rõ mối liên hệ từ đầu đến cuối trong cuộc đời của Chúa Jêsus – tức là giữa sự nhập thể và bị đóng đinh trên cây thập tự. Hai câu này nói rõ lý do tại sao Chúa Jêsus đến, cụ thể là để chịu chết. Đây là phân đoạn tuyệt vời để chia sẻ với bạn bè hoặc người thân chưa tin Chúa, nhằm hướng dẫn họ từng bước nhìn thấy Giáng sinh theo quan điểm Cơ đốc. Chúng ta có thể chia sẻ như sau, từng ý một:

Vậy thì, vì con cái có phần về huyết và thịt . . .

Thuật ngữ "con cái" được lấy từ câu trước (Hê-bơ-rơ 2:13) và dùng để chỉ dòng dõi thuộc linh của Đấng Christ, là Đấng Mê-si (xem Ê-sai 8:18; 53:10). Đó cũng là "con cái Đức Chúa Trời" (Giăng 1:12). Nói cách khác, khi sai Đấng

Christ đến thế gian, Đức Chúa Trời đã có góc nhìn về sự cứu rỗi "con cái" của Ngài rồi.

Đúng là "Đức Chúa Trời yêu thương *thế gian*, đến nỗi đã ban [Chúa Jêsus]" (Giăng 3:16). Nhưng cũng đúng khi Ngài *đặc biệt* nhóm "con cái Đức Chúa Trời đã tản lạc lại" (Giăng 11:52). Ý định của Đức Chúa Trời đó là *ban* Đấng Christ cho thế gian và để *làm nên* sự cứu rỗi cho con cái của Ngài (xem 1 Ti-mô-thê 4:10). Chúng ta có thể kinh nghiệm sự làm con nuôi bằng cách tiếp nhận Đấng Christ (Giăng 1:12).

. . . nên chính Đức Chúa Jêsus cũng có phần vào đó [thịt và huyết] . . .

Điều này có nghĩa là Đấng Christ là Đấng tự hữu trước khi có sự nhập thể. Chúa là Thần Linh. Chúa là Ngôi Lời đời đời. Chúa ở cùng Đức Chúa Trời và là Đức Chúa Trời (Giăng 1:1; Cô-lô-se 2:9). Nhưng Ngài mặc lấy thịt và huyết, khoác lên thần tánh của Ngài bằng nhân tánh. Ngài trở nên giống như loài người mà vẫn còn là Đức Chúa Trời. Đây là một sự huyền nhiệm vĩ đại theo nhiều cách. Nhưng đó là trọng tâm đức tin của chúng ta – và là điều Kinh Thánh dạy.

. . . hầu cho Ngài bởi sự chết mình . . .

Lý do Chúa trở nên giống như loài người là để chịu chết. Đức Chúa Trời thánh khiết và chân thật, thì làm sao chết thay cho tội nhân được. Nhưng Chúa có thể làm điều này khi trở nên giống như loài người. Mục đích của Ngài là chịu chết. Vì vậy, Chúa phải được sinh ra làm người. Ngài đã được sinh ra để chịu chết. Thương Khó là mục đích của Giáng Sinh. Đây là điều hầu hết mọi người ngày nay cần nghe về ý nghĩa của Giáng sinh.

> . . . mà phá diệt kẻ cầm quyền sự chết, là ma quỉ . . .

Trong sự chết của Ngài, Đấng Christ đã đánh bại ma quỉ. Bằng cách nào? Bằng cách che đậy mọi tội lỗi của chúng ta. Điều này có nghĩa là quỷ Sa-tan không còn cơ sở pháp để buộc tội chúng ta ở trước mặt Đức Chúa Trời nữa. "Ai sẽ kiện kẻ lựa chọn của Đức Chúa Trời? Đức Chúa Trời là Đấng xưng công bình những kẻ ấy" (Rô-ma 8:33) – Chúa dựa vào đâu để xưng công bình? Nhờ huyết của Chúa Jêsus (Rô-ma 5:9).

Vũ khí cuối cùng mà quỷ Sa-tan dùng để chống lại chúng ta là tội lỗi của chính chúng ta. Nếu sự chết của Chúa Jêsus cất hết tội lỗi, thì vũ khí tối hậu của ma quỷ – là thứ vũ khí chết người của hắn – đã bị tước khỏi tay hắn rồi. Hắn không thể lên án tử hình chúng ta nữa, vì thẩm phán đã tha tội chúng ta nhờ sự chết của Con Ngài!

> . . . lại cho giải thoát mọi người vì sợ sự chết, bị cầm trong vòng tôi mọi trọn đời.

Vậy, chúng ta tự do khỏi nỗi sợ sự chết. Đức Chúa Trời đã xưng chúng ta là công bình. Quỷ Sa-tan không còn kiện cáo được nữa. Đức Chúa Trời muốn chúng ta có được sự yên ninh *lớn nhất ngay* trong đời này. Chúa muốn sự vui sướng sau cùng cất hết mọi sự nô lệ và sợ hãi ngay trong hiện tại.

Nếu chúng ta không cần phải sợ kẻ thù cuối cùng và lớn nhất là sự chết, thì chúng ta không cần phải sợ bất kỳ điều gì nữa. Chúng ta được tự do. Tự do để vui mừng. Tự do để có những điều khác nữa.

Đức Chúa Trời đã ban cho chúng ta món quà Giáng sinh tuyệt vời làm sao! Để từ chúng ta mà cho cả thế gian!

Đại ý điều chúng ta mới nói đó, là chúng ta có một thầy tế lễ thượng phẩm, ngồi bên hữu ngai của Đấng tôn nghiêm trong các từng trời, làm chức việc nơi thánh và đền tạm thật, bởi Chúa dựng lên, không phải bởi một người nào.

Hê-bơ-rơ 8:1–2

NGÀY 12
THAY THẾ NHỮNG HÌNH BÓNG

Điểm mấu chốt của sách Hê-bơ-rơ là Đức Chúa Jêsus Christ, Con Đức Chúa Trời, đã đến không chỉ để hòa nhập vào hệ thống giữ chức thầy tế lễ ở dưới trời với tư cách là thầy tế lễ cuối cùng cao trọng nhất, mà để làm ứng nghiệm và chấm dứt hệ thống ấy, rồi hướng mọi sự chú ý của chúng ta về chính Ngài, trước hết là trở thành của lễ hy sinh cuối cùng ở trên đồi Gô-gô-tha và sau đó là làm thầy tế lễ cuối cùng ở thiên đàng. Đền tạm, thầy tế lễ và sinh tế trong Cựu Ước đều là những hình bóng. Giờ đây, hiện thực đã đến và hình bóng đã qua đi.

Đây là một hình ảnh về Mùa Vọng dành cho các em thiếu nhi – còn chúng ta đã từng là thiếu nhi chắc cũng còn nhớ điều này. Giả sử bạn và mẹ đột nhiên không tìm thấy nhau trong tiệm tạp hóa, chúng ta bắt đầu sợ hãi, hoảng loạn và không biết phải đi lối nào, chạy đến cuối lối đi, ngay lúc sắp bật khóc thì có một cái bóng trên sàn nhà trông giống mẹ quá. Điều đó khiến chúng ta có hy vọng. Nhưng điều tốt hơn là gì? Hy vọng tràn trề khi nhìn thấy cái bóng hay là mẹ thực sự đang đi tới?

Đó là cách Chúa Jêsus đến để làm thầy tế lễ thượng phẩm của chúng ta. Giáng sinh là thế đấy. Giáng sinh là thay thế những hình bóng bằng hiện thực: Mẹ đi tới và đứa trẻ thấy nhẹ nhõm và vui mừng.

(Để biết thêm về sự hiện ra của Đấng Christ thay thế Cựu Ước như thế nào, hãy xem phụ lục ở cuối sách)

Đại ý điều chúng ta mới nói đó, là chúng ta có một thầy tế lễ thượng phẩm, ngồi bên hữu ngai của Đấng tôn nghiêm trong các từng trời, làm chức việc nơi thánh và đền tạm thật, bởi Chúa dựng lên, không phải bởi một người nào . . . sự thờ phượng đó chẳng qua là hình và bóng của những sự trên trời mà thôi, cũng như khi Môi-se gần dựng đền tạm, thì Đức Chúa Trời phán bảo rằng: Hãy cẩn thận, làm mọi việc theo như kiểu mẫu đã chỉ cho ngươi tại trên núi.

Hê-bơ-rơ 8:1–2, 5

NGÀY 13
THỰC TẠI CUỐI CÙNG ĐÃ ĐẾN

Chúng ta đã thấy điều này rồi. Nhưng sẽ còn thấy nữa. Giáng sinh là thay thế những hình bóng bằng hiện thực.

Hê-bơ-rơ 8:1–2, 5 là một dạng tuyên bố vắn tắt. Vấn đề là một thầy tế lễ ở giữa chúng ta và Đức Chúa Trời, làm cho chúng ta được công bình trước mặt Đức Chúa Trời và cầu thay cho chúng ta không phải là thầy tế lễ tầm thường, yếu đuối, tội lỗi, hay chết như trong thời Cựu Ước đâu. Chúa là Con Đức Chúa Trời – mạnh mẽ, vô tội, có sự sống đời đời.

Không những thế, Chúa không phục vụ trong đền tạm ở dưới đất, với những giới hạn về nơi chốn và không gian, dễ bị hư hỏng, mối mọt, ẩm ướt, dễ cháy, xé rách và có trộm cắp. Nhưng Hê-bơ-rơ 8:2 chép rằng Đấng Christ đang thay chúng ta làm chức việc tại nơi "đền tạm thật, bởi Chúa dựng lên, không phải bởi một người nào". Đây không phải là hình bóng. Nhưng là sự thật ở thiên đàng.

Đây là thực tại đã bày tỏ ra hình bóng ở trên núi Si-nai để Môi-se sao chép lại.

Theo Hê-bơ-rơ 8:1, một điều quan trọng khác về thực tại này còn vĩ đại hơn hình bóng đó là thầy tế lễ thượng phẩm của chúng ta đang ngồi bên hữu Đấng tôn nghiêm trong các từng trời. Không có thầy tế lễ Cựu Ước nào nói được như vậy.

Chúa Jêsus trò chuyện trực tiếp với Đức Chúa Cha. Chúa đang ngồi ghế danh dự bên cạnh Đức Chúa Trời. Ngài được Đức Chúa Trời yêu thương và tôn trọng vô cùng. Ngài hằng ở với Đức Chúa Trời. Đây không phải là hình bóng như các bức màn, chén, bàn, đèn, áo, cái tua nơi chéo áo, chiên, dê hay chim bồ câu. Nhưng là thực tại tối hậu, cuối cùng: Đức Chúa Trời và Con Ngài giao thông trong tình yêu thương và sự thánh khiết vì sự cứu rỗi đời đời của chúng ta.

Thực tại tối hậu là các thân vị của Ba Ngôi Đức Chúa Trời đang ở trong mối liên hệ với nhau, làm việc cùng nhau sao cho sự oai nghi, thánh khiết, yêu thương, công chính, tốt lành và chân thật của Ngài được bày tỏ qua một dân được cứu chuộc.

Nhưng thầy tế lễ thượng phẩm chúng ta đã được một chức vụ rất tôn trọng hơn, vì Ngài là Đấng trung bảo của giao ước tốt hơn, mà giao ước ấy lập lên trên lời hứa tốt hơn.

Hê-bơ-rơ 8:6

NGÀY 14
TRỞ NÊN THỰC HỮU CHO DÂN NGÀI

Đấng Christ là Đấng Trung Bảo của giao ước mới, theo Hê-bơ-rơ 8:6. Điều này có nghĩa là gì? Nghĩa là huyết Ngài – huyết của giao ước (Lu-ca 22:20; Hê-bơ-rơ 13:20) – đã chuộc mua và đảm bảo một cách dứt khoát những lời hứa của Đức Chúa Trời dành ho chúng ta được ứng nghiệm.

Có nghĩa là vì những lời hứa trong giao ước mới, nên Đức Chúa Trời làm nên sự biến đổi ở trong lòng chúng ta thông qua Thánh Linh của Đấng Christ.

Có nghĩa là Đức Chúa Trời thực hiện sự biến đổi này ở trong lòng của chúng ta khi chúng ta tin rằng Đức Chúa là tất cả của chúng ta ở trong Đấng Christ.

Giao ước mới được chuộc bởi *huyết* của Đấng Christ, được thực hiện bởi *Thánh Linh* của Đấng Christ nhờ có *đức tin* nơi Đấng Christ.

Chỗ tốt nhất để nhìn thấy Đấng Christ hành động

trong vai trò Đấng Trung Bảo của giao ước mới là Hê-bơ-rơ 13:20–21 chép rằng:

> Đức Chúa Trời bình an, là Đấng bởi huyết giao ước đời đời mà đem Đấng chăn chiên lớn là Đức Chúa Jêsus chúng ta ra khỏi từ trong kẻ chết, nguyền xin Ngài *bởi Đức Chúa Jêsus Christ* khiến anh em nên trọn vẹn trong mọi sự lành, đặng làm thành ý muốn Ngài, và làm ra sự đẹp ý Ngài trong chúng ta; sự vinh hiển đáng về Ngài đời đời vô cùng! A-men.

Các từ "làm ra sự đẹp ý Ngài trong chúng ta" mô tả những gì xảy ra khi Đức Chúa Trời ghi khắc luật pháp vào lòng chúng ta ở trong giao ước mới. Còn những từ "bởi Đức Chúa Jêsus Christ" mô tả Chúa Jêsus là Đấng Trung Bảo trong công tác đầy vinh hiển của ân điển tối cao này.

Vậy, ý nghĩa của Giáng sinh không chỉ là Đức Chúa Trời thay thế hình bóng bằng hiện thực, mà Ngài còn khiến hiện thực đó trở nên thực hữu đối với dân Ngài. Chúa ghi khắc điều này trong lòng của chúng ta. Chúa không đặt món quà Giáng sinh là sự cứu rỗi và sự biến đổi ở dưới cây thông, rồi phán với chúng ta hãy nhặt lên bằng sức riêng của mình. Chính Ngài đã tặng món quà ấy ở trong lòng và trong trí của chúng ta, còn đóng ấn đảm bảo rằng chúng ta là con cái của Đức Chúa Trời nữa.

Kẻ trộm chỉ đến để cướp giết và hủy diệt; còn ta đã đến, hầu cho chiên được sự sống, và được sự sống dư dật.

Giăng 10:10

NGÀY 15
SỰ SỐNG VÀ SỰ CHẾT VÀO GIÁNG SINH

Khi tôi bắt đầu viết bài tĩnh nguyện này, tôi vừa biết tin Marion Newstrum qua đời. Marion và chồng là Elmer đã trở thành những tín hữu lâu năm nhất vẫn còn sống ở trong Hội thánh của chúng tôi vào thời điểm đó. Bà đã tám mươi bảy tuổi rồi. Họ đã kết hôn được sáu mươi bốn năm. Khi tôi gặp Elmer và nói với ông rằng tôi muốn ông hãy mạnh dạn trong Chúa và không được buôn xuôi mọi thứ, ông nói: "Chúa vẫn đang là bạn thật". Tôi cầu xin Chúa giúp tất cả Cơ Đốc nhân sẽ nói vào cuối đời rằng: "Đấng Christ vẫn đang là bạn thật". Mỗi lần đến Mùa Vọng, tôi đều kỷ niệm ngày mẹ tôi qua đời. Bà qua đời trong một tai nạn xe buýt ở Israel khi được năm mươi sáu tuổi. Đó là ngày 16 tháng 12 năm 1974. Đến tận hôm nay, sự việc ấy vẫn còn rất chân thực đối với tôi. Nếu muốn thì tôi rất dễ rơi nước mắt vì có khi nghĩ rằng mấy đứa con trai không bao giờ được gặp bà. Chúng tôi đã chôn cất bà ngay sau Giáng sinh.

Giáng sinh năm ấy thật quý giá làm sao!

Nhiều người trong số chúng ta sẽ cảm thấy sự mất mát trong mùa Giáng sinh này rõ rệt hơn trước nhiều. Đừng đè nén cảm xúc. Hãy bộc lộ ra. Hãy cảm nhận. Tình yêu thương còn có nghĩa gì nếu không được bày tỏ tình cảm của chúng ta – cả trong sự sống lẫn sự chết? Nhưng cũng đừng có sự cay đắng. Sự cay đắng là thứ sẽ hủy hoại chính chúng ta một thê thảm.

Chúa Jêsus đã giáng sinh để chúng ta được sự sống đời đời. "Ta đã đến, hầu cho chiên được sự sống, và được sự sống dư dật" (Giăng 10:10). Elmer và Marion đã bàn tính về chỗ ở của họ vào những năm cuối đời. Elmer nói: "Marion và tôi đã thống nhất rằng ngôi nhà cuối cùng của chúng tôi sẽ là ở với Đức Chúa Trời".

Chúng ta có cảm thấy bồn chồn khi về nhà không? Cả gia đình tôi về nhà vào dịp lễ. Cảm thấy rất tốt. Tôi nghĩ lý do mấu chốt vì sao lại có cảm giác như thế đó là: gia đình và tôi được tạo ra đã có sự mong mỏi sâu xa cho thời điểm trở về nhà vào lúc cuối đời. Tất cả những lần trở về nhà trong đời này đều là để nếm trải mùi vị. Nếm trải mùi vị là việc tốt. Trừ khi chúng trở thành sự thay thế. Đừng để tất cả sự ngọt ngào trong giai đoạn này thế chỗ cho sự ngọt ngào cuối cùng, trọn vẹn và thỏa mãn nhất. Hãy để mọi sự mất mát và mọi điều vui vẻ lái tấm lòng của chúng ta nhớ về quê hương ở trên trời.

Giáng sinh. Còn gì nữa ngoài điều này: *ta đã đến, hầu cho chiên được sự sống*? Marion Newstrum, Ruth Piper, bạn và tôi – chúng ta nhận được sự sống, bây giờ và mãi mãi.

Hãy làm cho đời sống *hiện tại* của mình phong phú và sâu sắc hơn trong mùa Giáng sinh này bằng cách uống nước *hằng sống*. Nước hằng sống ấy đang ở rất gần.

Cũng vì đó nên Đức Chúa Trời đã đem Ngài lên rất cao, và ban cho Ngài danh trên hết mọi danh, hầu cho nghe đến danh Đức Chúa Jêsus, mọi đầu gối trên trời, dưới đất, bên dưới đất, thảy đều quì xuống, và mọi lưỡi thảy đều xưng Jêsus Christ là Chúa, mà tôn vinh Đức Chúa Trời, là Đức Chúa Cha.

Phi-líp 2:9–11

NGÀY 16
NƯỚC THOÁI LUI HAY NHẤT CỦA ĐỨC CHÚA TRỜI

Giáng sinh đánh dấu nước cờ thoái lui hay nhất của Đức Chúa Trời. Chúa luôn vui lòng bày tỏ quyền năng của Ngài bằng cách đánh bại đối thủ một cách công khai. Ngài thực hiện chiến thuật rút lui để giành chiến thắng một cách khôn ngoan.

Trong Cựu Ước, Giô-sép là một trong mười hai con trai của Gia-cốp đã được hứa sẽ có vinh quang và quyền lực từ trong giấc mộng của mình (Sáng thế ký 37:5–11). Nhưng để đạt được chiến thắng ấy, ông phải trở thành nô lệ ở xứ Ê-díp-tô. Nếu vẫn chưa đủ, thì đến khi hoàn cảnh của ông được cải thiện nhờ vào sự chính trực của mình, ông đã bị đối xử còn tệ hơn làm nô lệ nữa: phạm nhân.

Nhưng tất cả điều nằm trong kế hoạch của Đức Chúa Trời vì ích lợi của ông, gia đình và thậm chí cho cả thế giới! Chính trong lao tù, ông đã gặp quan tửu chánh của Pha-ra-ôn, là người đã đem ông ra mắt Pha-ra-ôn để được vua phong chức cai quản cả xứ Ê-díp-tô. Cuối cùng, giấc mơ của ông đã thành hiện thực. Các anh em đã cúi đầu trước mặt ông, còn ông đã cứu họ ra khỏi nạn đói kém. Thật là con đường vinh quang chẳng giống ai!

Nhưng đó là đường lối của Đức Chúa Trời – ngay cả đối với Con Ngài. Chúa đã tự bỏ mình đi, mặc lấy hình tôi tớ. Còn tệ hơn tôi tớ nữa – một phạm nhân – và đã bị hành hình. Nhưng cũng giống như Giô-sép, Ngài vẫn giữ sự chính trực. "Cũng vì đó nên Đức Chúa Trời đã đem Ngài lên rất cao, và ban cho Ngài danh trên hết mọi danh, hầu cho nghe đến danh Đức Chúa Jêsus, mọi đầu gối trên trời, dưới đất, bên dưới đất, thảy đều quì xuống" (Phi-líp 2:9–10).

Đây cũng là con đường mà Đức Chúa Trời dành cho chúng ta nữa. Chúng ta được hứa là sẽ có sự vinh hiển – *nếu* chúng ta đồng chịu đau đớn với Ngài như đã được chép trong Rô-ma 8:17. Con đường để đi lên là đi xuống. Con đường để đi tới là đi lùi. Muốn thành công thì phải có những lúc thoái lui theo ý Chúa. Chúng sẽ có vẻ và cảm giác như sự thất bại.

Nhưng nếu Giô-sép và Chúa Jêsus dạy chúng ta một điều gì đó trong Giáng sinh này, thì đó là: quỷ Sa-tan và những kẻ có tội toan hại chúng ta, nhưng "Đức Chúa Trời lại toan làm điều ích" cho chúng ta" (Sáng thế ký 50:20).

Hãy can đảm lên hỡi các thánh đồ sợ hãi. Những đám mây khiến người kinh khiếp là lòng thương xót rộng lớn và sẽ đổ xuống ơn phước trên đầu người.[1]

Đức Giê-hô-va phán: Nầy, những ngày đến, bấy giờ ta sẽ lập một giao ước mới với nhà Y-sơ-ra-ên và với nhà Giu-đa.

Giê-rê-mi 31:31

NGÀY 17
SỰ CỨU RỖI VĨ ĐẠI NHẤT

Đức Chúa Trời công bình, thánh khiết và phân rẽ khỏi tội nhân như chúng ta.

Đây là vấn đề chính của chúng ta trong mùa Giáng sinh – cũng như từng giai đoạn khác trong đời. Làm thế nào để chúng ta được công bình ở trước mặt Đức Chúa Trời công bình và thánh khiết? Dầu vậy, Đức Chúa Trời là Đấng nhân từ đã hứa trong Giê-rê-mi 31 (năm trăm năm trước công nguyên) rằng một ngày nào đó Ngài sẽ làm một điều mới. Chúa sẽ thay thế hình bóng bằng thực tại của Đấng Mê-si. Ngài sẽ bước vào cuộc đời của chúng ta bằng quyền năng và ghi khắc ý muốn của Ngài trên bia lòng của chúng ta, hầu cho chúng ta không bị thúc ép từ bên ngoài, mà sẵn lòng yêu Chúa, tin cậy và theo Ngài, từ bên trong.

Đó là sự cứu rỗi vĩ đại nhất – nếu Đức Chúa Trời đã cho chúng ta thực tại lớn nhất trong cả vũ trụ, thì Ngài cũng hành động ở trong lòng chúng ta để biết thực tại ấy đến nỗi chúng ta được sống trong sự tự do và sự khoái lạc tột cùng. Đó sẽ là món quà Giáng sinh rất đáng ca ngợi.

Thật ra, đó là điều Chúa đã hứa trong giao ước mới. Nhưng đã có một trở ngại lớn. Tội lỗi của chúng ta. Chúng ta bị xa cách Đức Chúa Trời vì sự không công bình của chúng ta.

Làm thế nào một Đức Chúa Trời công bình và thánh khiết đối đãi với tội nhân một cách nhân từ đến nỗi đã ban thực tại vĩ đại nhất trong vũ trụ (là Con Ngài) để chúng ta được sống vui sướng tột cùng đến như vậy? Câu trả lời là: Đức Chúa Trời đã đặt hết tội lỗi của chúng ta ở trên Con Ngài để đoán xét, hầu cho Ngài không còn nhớ đến chúng nữa để bày tỏ lòng thương xót đối với chúng ta, mà vẫn là Đức Chúa Trời công bình và thánh khiết không hề thay đổi. Hê-bơ-rơ 9:28 chép rằng Đấng Christ đã "dâng mình chỉ một lần đặng cất tội lỗi của nhiều người".

Ngài gánh tội lỗi chúng ta trong thân thể Ngài trên cây gỗ (1 Phi-e-rơ 2:24). Ngài mang lấy án phạt của chúng ta (Rô-ma 8:3). Ngài xóa bỏ tội lỗi của chúng ta (Rô-ma 8:1). Điều đó có nghĩa là tội lỗi của chúng ta không còn nữa (Công-vụ 10:43). Đức Chúa Trời không nhớ đến chúng để đoán phạt nữa. Tức là, Chúa "quên" chúng (xem Giê-rê-mi 31:34). Chúng đã bị nuốt chửng trong sự chết của Đấng Christ. Điều này có nghĩa là Đức Chúa Trời có thể thực hiện những lời hứa lớn lao trong giao ước mới trong sự công bình của Ngài. Chúa ban cho chúng ta Đấng

Christ, là thực tại vĩ đại nhất trong vũ trụ, vì sự vui mừng của chúng ta. Chúa ghi khắc ý muốn của Ngài – chính tấm lòng Ngài – vào bia lòng của chúng ta, hầu cho chúng ta có thể yêu, tin cậy và đi theo Chúa Jêsus từ trong ra ngoài bằng sự tự do và vui mừng.

Như Cha đã sai Con trong thế gian, thì Con cũng sai họ trong thế gian.

Giăng 17:18

NGÀY 18
KIỂU MẪU GIÁNG SINH CHO CÔNG TÁC TRUYỀN GIÁO

Giáng sinh là kiểu mẫu cho công tác truyền giáo. Công tác truyền giáo là gương phản chiếu mùa Giáng sinh. Đối với tôi cũng như đối với bạn.

Thí dụ, sự nguy hiểm. Đấng Christ đã đến trong xứ mình, song dân mình chẳng hề nhận lấy. Chúng ta cũng giống như vậy. Họ đã lập mưu nghịch cùng Ngài. Chúng ta cũng vậy. Chúa không có nhà. Chúng ta cũng vậy. Họ làm chứng dối nghịch cùng Ngài. Chúng ta cũng vậy. Họ đánh đập và nhạo báng Ngài. Chúng ta cũng vậy. Chúa đã chịu chết sau ba năm làm chức vụ. Chúng ta cũng vậy.

Nhưng có một điều nguy hiểm hơn hết thảy những điều này mà Chúa Jêsus *đã thoát khỏi*. Chúng ta cũng vậy!

Vào giữa thế kỷ mười sáu, giáo sĩ Francis Xavier (1506–1552) đã viết cho linh mục Perez ở Malacca (thuộc Malaysia ngày nay) về những nguy hiểm của công trác truyền giáo tại Trung Hoa. Ông nói: "Nguy hiểm nhất là mất lòng trông cậy và lòng tin quyết vào sự thương xót của Đức Chúa Trời. Không tin cậy Chúa nữa là điều còn khủng khiếp hơn tất cả điều ác mà hết thảy kẻ thù địch của Đức Chúa Trời có thể hành hại chúng ta, vì không có sự cho phép của Đức Chúa Trời thì các quỷ sứ và tay sai của chúng không thể cản trở chúng ta dù là nhỏ nhất".[1]

Nguy hiểm lớn nhất mà giáo sĩ phải đối mặt không phải là sự chết, mà chính là không còn trông cậy vào lòng thương xót của Đức Chúa Trời nữa. Nếu mối đe dọa ấy bị ngăn ngừa, thì mọi nguy hiểm khác sẽ mất đi cái nọc của chúng.

Sau cùng, Đức Chúa Trời làm cho từng dao găm trở thành quyền trượng trong tay chúng ta. Như J. W. Alexander nói: "Mỗi phút lao khổ hiện tại sẽ được bù đắp cách tử tế bằng hàng triệu năm vinh hiển".[2]

Đấng Christ đã thoát khỏi nguy hiểm này – tức là nguy hiểm của việc không trông cậy Đức Chúa Trời nữa. Do đó, Đức Chúa Trời đã tôn Ngài lên rất cao! Chúng ta cũng vậy. Hãy nhớ trong Mùa Vọng này rằng Giáng sinh là kiểu mẫu cho công tác truyền giáo. *Đối với tôi cũng như đối với bạn.* Công tác truyền giáo có nghĩa là nguy hiểm. Nguy hiểm lớn nhất là mất lòng trông cậy vào sự thương xót của Đức Chúa Trời. Không thắng nổi điều này thì tất cả đều hư mất. Chiến thắng điều này thì không gì có thể làm hại chúng ta trong hàng triệu năm nữa.

Vậy thì, vì con cái có phần về huyết và thịt, nên chính Đức Chúa Jêsus cũng có phần vào đó, hầu cho Ngài bởi sự chết mình mà phá diệt kẻ cầm quyền sự chết, là ma quỉ, lại cho giải thoát mọi người vì sợ sự chết, bị cầm trong vòng tôi mọi trọn đời.

Hê-bơ-rơ 2:14–15

NGÀY 19
GIÁNG SINH LÀ VÌ SỰ TỰ DO

Chúa Jêsus trở thành con người vì những gì cần phải xảy ra đó là sự chết của một người mà không phải là người tầm thường. Sự nhập thể là Đức Chúa Trời tự đưa chính Ngài vào sự chết.

Đấng Christ đã không mạo hiểm dấn thân vào chết. Ngài đã chọn cái chết. Ngài đã đón nhận sự chết. Đó là lý do Ngài đến: "không phải để người ta hầu việc mình, song để hầu việc người ta, và phó sự sống mình làm giá chuộc cho nhiều người" (Mác 10:45).

Cũng không lại gì khi quỷ Sa-tan cố gắng ngăn cản Chúa Jêsus tiến đến thập tự giá – ở trong đồng vắng (Ma-thi-ơ 4:1–11) và qua lời lẽ của Phi-e-rơ (Ma-thi-ơ 16:21–23)! Thập tự giá là sự hủy diệt đối dành cho quỷ Sa-tan. Chúa Jêsus đã tiêu diệt hắn như thế nào?

Hê-bơ-rơ 2:14 chép rằng quỷ Sa-tan đang cầm "quyền sự chết". Tức là quỷ Sa-tan có khả năng làm cho sự chết trở nên kinh khiếp. Cầm "quyền sự chết" là có quyền khiến loài người phải sợ sự chết. Tức là có quyền giữ loài người ở trong tội lỗi, hầu cho sự chết trở thành một điều đáng sợ.

Nhưng Chúa Jêsus đã tước bỏ quyền lực này của Satan. Ngài đã tước vũ khí của hắn. Ngài đã mặc cho chúng ta áo giáp công bình để không bị ma quỷ lên án nữa. Ngài đã làm điều đó bằng cách nào? Thông qua sự chết, Chúa Jêsus đã xóa sạch mọi tội của chúng ta. Một người vô tội không thể bị quỷ Sa-tan lên án. Chúng ta được tha thứ. Chúng ta không thể chết được. Mưu kế của quỷ Sa-tan là phá hoại sự cai trị của Đức Chúa Trời bằng cách lên án những kẻ tin Ngài ở trong chính tòa án của Ngài. Nhưng bây giờ ở trong Đấng Christ chẳng còn có sự đoán phạt nào cả. Sự phản loạn của Sa-tan đã bị thất bại. Sự bội nghịch rất lớn của hắn đã bị dập tắt. "Chúng ta có thể chịu đựng sự cuồng bạo của hắn, vì hắn hẳn sẽ bị diệt vong".[1] Thập tự giá đã xuyên thấu hắn. Hắn sẽ sớm hấp hối ngay thôi.

Giáng sinh là vì sự tự do – tự do khỏi nỗi sợ sự chết. Chúa Jêsus đã mặc lấy xác thịt như chúng ta tại thành Bết-lê-hem để chịu chết thay chúng ta tại thành Giê-ru-sa-lem – hầu cho chúng ta chẳng còn sợ hãi trong thành của mình ngày hôm nay. Đúng vậy, không sợ hãi, bởi vì nếu sự nguy hiểm lớn nhất đe dọa niềm vui của chúng ta không còn nữa, thì tại sao chúng ta phải lo lắng về những nỗi sợ vụn vặt khác? Làm sao chúng ta có thể nói rằng: "Tôi không sợ chết, nhưng tôi vẫn sợ mất việc?". Không. Không. Hãy suy nghĩ mà xem!

Nếu sự chết (tôi nói là chết – tức là mạch ngừng đập,

cơ thể lạnh ngắt, đi rồi!) không còn là nỗi sợ hãi nữa, thì chúng ta được tự do, thực sự tự do rồi. Chúng ta được tự do ở dưới mặt trời để mạo hiểm vì Đấng Christ và tình yêu thương. Không còn là nô lệ cho sự lo lắng.

Nếu Con buông tha các ngươi, thì các ngươi sẽ thật được tự do!

Vả, Con Đức Chúa Trời đã hiện ra để hủy phá công việc của ma quỉ.

1 Giăng 3:8

NGÀY 20
CHIẾN DỊCH GIÁNG SINH

Quỷ Sa-tan có một dây chuyền lắp ráp để tạo ra hàng triệu tội lỗi mỗi ngày. Hắn đóng gói chúng vào những chiếc máy bay chở hàng khổng lồ và đưa chúng đến thiên đàng, rồi rải chúng ra trước mặt Đức Chúa Trời và cười cợt.

Một số người làm việc trọn thời gian cho dây chuyền của hắn. Những kẻ khác thì đã nghỉ việc nhưng đôi khi vẫn quay lại.

Cứ mỗi phút làm việc cho dây chuyền lắp ráp này là khiến Đức Chúa Trời trở thành trò cười cho quỷ Sa-tan. Tội lỗi là việc làm của quỷ Sa-tan vì hắn ghét sự sáng, sự đẹp đẽ, sự thánh khiết và sự vinh hiển của Đức Chúa Trời. Không gì làm hắn hài lòng hơn khi tạo vật không tin cậy và không nghe lời Đấng Tạo Hóa.

Do đó, Giáng sinh là tin lành đối với loài người và tin lành đối với Đức Chúa Trời.

"Đức Chúa Jêsus Christ đã đến trong thế gian để cứu vớt kẻ có tội, ấy là lời chắc chắn, đáng đem lòng tin trọn vẹn mà nhận lấy" (1 Ti-mô-thê 1:15). Đó là Tin Lành cho chúng ta.

"Vả, Con Đức Chúa Trời đã hiện ra để hủy phá công việc của ma quỷ" (1 Giăng 3:8). Đó cũng là Tin Lành cho Đức Chúa Trời.

Giáng sinh là tin lành cho Đức Chúa Trời vì Chúa Jêsus đã đến để lãnh đạo một cuộc tấn công vào nhà máy lắp ráp của quỷ Sa-tan. Chúa đã đi thẳng vào nhà máy, kêu gọi một đoàn thể những người trung tín và bắt đầu một cuộc bãi công lớn.

Giáng sinh là lời kêu gọi tấn công vào nhà máy lắp ráp tội lỗi. Không đàm phán với ban quản trị. Không thương lượng. Chỉ có một mục đích, kiên quyết chống lại sản phẩm. Chúng ta sẽ không dự phần vào dây chuyền sản sinh tội lỗi nữa.

Chiến dịch Giáng sinh nhắm đến việc hạ cánh các máy bay chở hàng. Không sử dụng vũ lực hay bạo loạn, nhưng bằng sự suy gẫm lẽ thật không ngừng, sẽ phơi bày nhiều mục đích hủy hoại đời sống từ nhà máy của ma quỷ.

Chiến dịch Giáng sinh sẽ không dừng lại cho đến khi nhà máy đóng cửa hoàn toàn.

Khi tội lỗi đã bị tiêu diệt, danh Chúa sẽ được truyền ra. Không ai có thể cười cợt được nữa.

Nếu chúng ta muốn dâng lên Chúa một món quà trong mùa Giáng sinh này, hãy ra khỏi dây chuyền lắp ráp tội lỗi và đừng quay lại nữa. Hãy chọn cho mình vị trí trong hàng ngũ của tình yêu thương. Hãy gia nhập chiến dịch Giáng sinh cho đến khi danh oai nghi của Đức Chúa Trời được trong sạch, Ngài đứng cách oai vệ giữa những lời tán tụng của người công bình.

Phi-lát bèn nói rằng: Thế thì ngươi là vua sao? Đức Chúa Jêsus đáp rằng: Thật như lời, ta là vua. Nầy, vì sao ta đã sanh và vì sao ta đã giáng thế: Ấy là để làm chứng cho lẽ thật. Hễ ai thuộc về lẽ thật thì nghe lấy tiếng ta.

Giăng 18:37

NGÀY 21
SỰ CHÀO ĐỜI CỦA ĐẤNG THƯỢNG CỔ

Giăng 18:37 là một bản văn tuyệt vời về Giáng sinh ngay cả khi nằm ở phần cuối cuộc đời của Chúa Jêsus khi còn trên đất, không phải ở phần đầu.

Hãy chú ý rằng Chúa Jêsus không chỉ phán Ngài đã được sinh ra, mà còn phán rằng Ngài "đã giáng thế". Sự ra đời của Ngài là độc đáo vì gốc tích của Chúa không bắt đầu lúc chào đời. Chúa đã hiện hữu từ trước khi sinh ra trong máng cỏ. Tư cách, phẩm chất, cá tính của Chúa Jêsus người Na-xa-rét đã có từ trước khi hài nhi Jêsus ra đời.

Thuật ngữ thần học mô tả điều huyền nhiệm này không phải là *tạo vật*, mà là *sự nhập thể*. Thân vị, không phải thân thể mà là tư cách cốt yếu của Chúa Jêsus, đã hiện hữu trước khi Ngài được sinh ra làm người. Sự ra đời của Ngài không phải là một người bình thường chào đời, mà là sự giáng thế của một bản thể vô hạn. Mi-chê

5:1 nói như rằng bảy trăm năm trước khi Chúa Jêsus ra đời:

Hỡi Bết-lê-hem Ép-ra-ta, ngươi ở trong hàng ngàn Giu-đa là nhỏ lắm, song từ nơi ngươi sẽ ra cho ta một Đấng cai trị trong Y-sơ-ra-ên; gốc tích của Ngài bởi từ đời xưa, từ trước vô cùng.

Điều huyền nhiệm về sự ra đời của Chúa Jêsus không chỉ đơn thuần là được sanh ra bởi một nữ đồng trinh. Mà Đức Chúa Trời đã định làm phép lạ ấy để minh chứng cho điều vĩ đại hơn, đó là con trẻ được sinh ra trong mùa Giáng sinh là Đấng đã có "từ đời xưa, từ trước vô cùng".

Vì thế, sự ra đời của Ngài là có mục đích. Trước khi được sinh ra, Chúa đã nghĩ đến sự ra đời. Chính Ngài với Đức Chúa Cha đã có một kế hoạch. Chúa đã bày tỏ một phần kế hoạch tuyệt vời ấy trong giờ phút cuối cùng của cuộc đời trên đất rằng: "Vì sao ta đã sanh và vì sao ta đã giáng thế: Ấy là để làm chứng cho lẽ thật. Hễ ai thuộc về lẽ thật thì nghe lấy tiếng ta" (Giăng 18:37).

Chúa là chân lý đời đời. Chúa chỉ phán lẽ thật. Chúa đã bày tỏ chân ý vĩ đại nhất về tình yêu thương. Chúa đang nhóm lại tất cả người nào sanh bởi lẽ thật vào trong gia đình đời đời của Ngài. Đây là kế hoạch có từ thượng cổ.

Đức Chúa Jêsus đã làm trước mặt môn đồ Ngài nhiều phép lạ khác nữa, mà không chép trong sách nầy. Nhưng các việc nầy đã chép, để cho các ngươi tin rằng Đức Chúa Jêsus là Đấng Christ, tức là Con Đức Chúa Trời, và để khi các ngươi tin, thì nhờ danh Ngài mà được sự sống.

Giăng 20:30–31

NGÀY 22
ĐỂ KHI CÁC NGƯƠI TIN

Tôi thực sự thấy trong vòng chúng ta, là những người đã lớn lên trong Hội thánh, có thể đọc thuộc lòng giáo lý căn bản ngay cả trong giấc ngủ, có thể vừa ngáp vừa đọc bài Tín điều Các sứ đồ – thì phải có một việc nữa được làm ra giữa vòng chúng ta để giúp mỗi người cảm biết sự đáng kính, sự sợ hãi, sự kinh ngạc, sự lạ lùng về Con độc sanh của Đức Chúa Trời từ trước vô cùng, phản chiếu mọi vinh hiển của Đức Chúa Trời, là hình bóng của bổn thể Ngài, muôn vật được tạo ra bởi Ngài, cả vũ trụ được nâng đỡ bởi lời quyền phép của Ngài.

Chúng ta có thể đọc mấy chuyện cổ tích đã được viết ra, từng chuyện lỳ kỳ cho đến chuyện ma đi nữa, thì chúng ta sẽ không bao giờ tìm được một câu chuyện có sự sửng sốt, kỳ lạ và hấp dẫn như câu chuyện về sự nhập thể của Con Đức Chúa Trời.

Chúng ta thật vô cảm làm sao! Chúa ơi, chúng con thật chai lì và vô tâm trước sự vinh hiển và câu chuyện của Ngài! Tôi không nhớ mình đã phải ăn năn bao nhiêu lần và nói rằng: "Chúa ơi, con xin lỗi vì những câu chuyện mà loài người dựng nên đã khuấy động cảm xúc của con, khiến con phải kính phục, kinh ngạc, ngưỡng mộ và vui sướng còn hơn câu chuyện có thật về Ngài".

Ít ra, các nhà làm phim về dãy ngân hà rất ly kỳ trong thời đại của chúng ta cũng giúp ích trong việc: khiến chúng ta phải hạ mình và ăn năn bằng cách cho thấy chúng ta có thể kinh ngạc, kính phục, sửng sốt, là điều mà chúng ta hiếm khi cảm nhận được khi chiêm ngưỡng Đức Chúa Trời đời đời, sự vinh hiển chói sáng của Đấng Christ, mối liên hệ sống động giữa chúng ta với những điều đó thông qua Chúa Jêsus người Na-xa-rét.

Khi Chúa Jêsus phán: "vì sao ta đã giáng thế" (Giăng 18:37), Ngài đã phán một điều điên rồ, kỳ quặc, lạ lùng và siêu nhiên giống như một tuyên bố trong khoa học viễn tưởng mà chúng ta từng đọc.

Tôi cầu xin Thánh Linh của Đức Chúa Trời sẽ đầy dẫy trong tôi và bạn, để Đức Thánh Linh can thiệp vào trải nghiệm của tôi một cách quyết liệt, để đánh thức tôi tỉnh dậy trước thực tại không tưởng về Đức Chúa Trời.

Vào những ngày sau rốt, chớp nhoáng sẽ đầy dẫy bầu trời từ nơi mặt trời mọc cho đến nơi mặt trời lặn, Con Người sẽ hiện ra trong đám mây cùng với các thiên binh trong ngọn lửa hừng. Chúng ta sẽ thấy Ngài rõ rệt. Dù sợ hãi hay phấn khởi, chúng ta đều sẽ run rẩy và tự hỏi lâu nay mình đã sống với Đấng Christ nhân từ như thế sao!

Những điều này được viết ra – cả Kinh thánh được viết ra – để chúng ta tin, để chúng ta bị kinh ngạc và tỉnh táo trước một điều kỳ diệu, đó là: Đức Chúa Jêsus Christ, Con Đức Chúa Trời, đã giáng thế.

Vì nếu khi chúng ta còn là thù nghịch cùng Đức Chúa Trời, mà đã được hòa thuận với Ngài bởi sự chết của Con Ngài, thì huống chi nay đã hòa thuận rồi, chúng ta sẽ nhờ sự sống của Con ấy mà được cứu là dường nào! Nào những thế thôi, chúng ta lại còn khoe mình trong Đức Chúa Trời bởi Đức Chúa Jêsus Christ chúng ta, nhờ Ngài mà chúng ta hiện nay đã được sự hòa thuận.

Rô-ma 5:10–11

NGÀY 23
MÓN QUÀ TUYỆT VỜI CỦA ĐỨC CHÚA TRỜI

Làm thế nào chúng ta tiếp nhận sự phục hòa và vui mừng ở trong Đức Chúa Trời một cách thực tiễn hơn? Chúng ta làm điều đó thông qua Đức Chúa Jêsus Christ. Ít nhất, điều này có nghĩa là chúng ta làm cho hình ảnh về Chúa Jêsus trong Kinh Thánh – tức là công tác và lời của Chúa Jêsus được ký thuật trong Tân Ước – trở thành điều chủ yếu để vui mừng ở trong Đức Chúa Trời. Sự vui mừng ở trong Đức Chúa Trời mà không có Đấng Christ thì không tôn kính Đấng Christ. Hễ nơi nào Đấng Christ không được tôn kính, thì Đức Chúa Trời cũng không được tôn kính.

Trong 2 Cô-rinh-tô 4:4–6, sứ đồ Phao-lô mô tả sự cải đạo thành hai cách. Trong câu 4, ông nói đó là "sự vinh hiển chói lói của Tin lành Đấng Christ, là ảnh tượng của Đức Chúa Trời". Trong câu 6, ông nói đó là "vinh hiển Đức Chúa Trời soi sáng nơi mặt Đức Chúa Jêsus Christ". Trong cả hai trường hợp, chúng ta thấy có điểm mấu chốt. Chúng ta có Đấng Christ, là ảnh tượng của Đức Chúa Trời và chúng ta có Đức Chúa Trời nơi mặt của Đấng Christ.

Để vui mừng ở trong Đức Chúa Trời, chúng ta vui mừng trước điều mình thấy và biết về Đức Chúa Trời qua Đức Chúa Jêsus Christ. Kinh nghiệm này đạt đến cực điểm khi tình yêu thương của Đức Chúa Trời đầy dẫy trong lòng chúng ta bởi Đức Thánh Linh, như Rô-ma 5:5 có chép. Chính trải nghiệm ngọt ngào về tình yêu thương của Đức Chúa Trời được ban cho chúng ta khi suy gẫm sự thật trong lịch sử mà câu 6 chép rằng: "Thật vậy, khi chúng ta còn yếu đuối, Đấng Christ đã theo kỳ hẹn chịu chết vì kẻ có tội".

Vì vậy, đây là điểm mấu chốt Giáng sinh. Đức Chúa Trời không chỉ chuộc lại sự phục hòa của chúng ta thông qua sự chết của Đức Chúa Jêsus Christ (Rô-ma 5:10) và Đức Chúa Trời không chỉ khiến chúng ta tiếp nhận sự phục hòa đó thông qua Đức Chúa Jêsus Christ, mà giờ đây chúng ta còn được vui mừng ở trong Đức Chúa Trời, bởi Đức Thánh Linh, thông qua Đức Chúa Jêsus Christ của chúng ta (Rô-ma 5:11).

Chúa Jêsus đã chuộc lại sự phục hòa của chúng ta. Ngài đã cho phép chúng ta nhận lấy sự phục hòa và mở món quà. Chính Chúa Jêsus là món quà không kể xiết – tức là Đức Chúa Trời ở trong xác thịt – và làm khuấy động sự vui mừng của chúng ta ở trong Đức Chúa Trời.

Hãy nhìn thấy Chúa Jêsus trong Giáng sinh này. Hãy tiếp nhận sự phục hòa mà Ngài đã chuộc. Đừng để món quà lên kệ mà không mở ra. Khi mở ra, hãy nhớ rằng chính Đức Chúa Trời là món quà của sự phục hòa với Đức Chúa Trời.

Hãy vui mừng ở trong Ngài. Hãy nếm biết Ngài là sự khoái lạc của chúng ta. Hãy biết Ngài là của báu của chúng ta.

Hỡi các con cái bé mọn, chớ để cho ai lừa dối mình: kẻ làm sự công bình là người công bình, như chính mình Chúa là công bình. Kẻ nào phạm tội là thuộc về ma quỉ; vì ma quỉ phạm tội từ lúc ban đầu. Và, Con Đức Chúa Trời đã hiện ra để hủy phá công việc của ma quỉ.

1 Giăng 3:7–8

NGÀY 24
HAI MỤC ĐÍCH TRONG MÙA GIÁNG SINH

Trong 1 Giăng 3:8 chép rằng: "Vả, Con Đức Chúa Trời đã hiện ra để hủy phá công việc của ma quỷ".

"Công việc của ma quỷ" ở trong suy nghĩ của sứ đồ Giăng là gì? Câu trả lời rõ ràng từ ngữ cảnh.

Đầu tiên, 1 Giăng 3:5 là một câu Kinh Thánh tương đương chép rằng: "Vả, các con biết Đức Chúa Jêsus Christ đã hiện ra để cất tội lỗi đi". Cụm từ *đã hiện ra* xuất hiện trong câu 5 và câu 8. Vì vậy, rất có thể "công việc của ma quỷ" mà Đức Chúa Jêsus đã đến để tiêu diệt là tội lỗi. Phần đầu tiên của câu 8 làm cho điều này hầu như chắc chắn: "Kẻ nào *phạm tội* là thuộc về ma quỉ; vì ma quỉ phạm tội từ lúc ban đầu".

Vấn đề trong ngữ cảnh này là *sự phạm tội*, không phải bệnh tật hay xe hỏng hóc hay lịch trình lộn xộn. Chúa Jêsus đã đến thế gian để khiến chúng ta không phạm tội.

Chúng ta thấy điều này thậm chí còn rõ ràng hơn nếu đặt lẽ thật này song song với lẽ thật trong 1 Giăng 2:1 chép rằng: "Hỡi con cái bé mọn ta, ta viết cho các con những điều nầy, *hầu cho các con khỏi phạm tội*". Đây là một trong những mục đích lớn của Giáng sinh – tức là một trong những mục đích lớn của sự nhập thể (1 Giăng 3:8).

Nhưng có một mục đích khác mà sứ đồ Giăng đã thêm vào 1 Giăng 2:1-2 là: "Nếu có ai phạm tội, thì chúng ta có Đấng cầu thay ở nơi Đức Chúa Cha, là Đức Chúa Jêsus Christ, tức là Đấng công bình. Ấy chính Ngài làm của lễ chuộc tội lỗi chúng ta, không những vì tội lỗi chúng ta thôi đâu, mà cũng vì tội lỗi cả thế gian nữa".

Bây giờ, hãy xem điều này có nghĩa là: Chúa Jêsus đã hiện ra trong thế gian vì hai lý do. Ngài đến để chúng ta không miệt mài trong tội lỗi nữa – nghĩa là Chúa đến để phá hủy công việc của ma quỷ (1 Giăng 3:8); và Ngài đến để chuộc tội lỗi của chúng ta nếu chúng ta phạm tội. Chúa đã trở thành của lễ hy sinh để cất đi cơn thịnh nộ của Đức Chúa Trời vì tội lỗi của chúng ta.

Mục đích thứ hai không phải để bỏ đimục đích thứ nhất. Mục đích của sự tha thứ không phải là cho phép sự phạm tội. Mục đích của sự chết mà Đấng Christ đã chịu vì tội lỗi của chúng ta không phải để chúng ta bớt chiến tranh với tội lỗi. Thay vì thế, hai mục đích của Giáng sinh này đó là giá chuộc hết thảy tội lỗi của chúng ta một lần đủ cả là sự tự do và quyền phép để chiến tranh với tội lỗi, không phải bằng cách làm theo luật pháp để tìm kiếm sự cứu rỗi nữa, cũng không phải vì sợ mất sự cứu rỗi của mình, mà với tư cách là những kẻ đắc thắng đã lao vào trận chiến nghịch cùng tội lỗi bằng sự tin quyết và niềm vui, ngay cả khi phải từ bỏ mạng sống mình.

Hỡi con cái bé mọn ta, ta viết cho các con những điều nầy, hầu cho các con khỏi phạm tội. Nếu có ai phạm tội, thì chúng ta có Đấng cầu thay ở nơi Đức Chúa Cha, là Đức Chúa Jêsus Christ, tức là Đấng công bình. Ấy chính Ngài làm của lễ chuộc tội lỗi chúng ta, không những vì tội lỗi chúng ta thôi đâu, mà cũng vì tội lỗi cả thế gian nữa. Hỡi các con cái bé mọn, chớ để cho ai lừa dối mình: kẻ làm sự công bình là người công bình, như chính mình Chúa là công bình. Kẻ nào phạm tội là thuộc về ma quỉ; vì ma quỉ phạm tội từ lúc ban đầu. Và, Con Đức Chúa Trời đã hiện ra để hủy phá công việc của ma quỉ.

1 Giăng 2:1–2; 3:7–8

NGÀY 25
BA MÓN QUÀ GIÁNG SINH

Hãy suy nghĩ về tình huống đáng chú ý này cùng tôi. Nếu Con Đức Chúa Trời đã đến giúp chúng ta không phạm tội nữa – tức là để phá hủy công việc của ma quỷ – và nếu Ngài đã đến để chịu chết hầu cho khi chúng ta phạm tội, thì đã có một của lễ hy sinh để cất bỏ cơn thịnh nộ của Đức Chúa Trời, vậy điều này có nghĩa gì cho cuộc đời của chúng ta?

Có ba điều. Chúng là những điều tuyệt vời cần phải có. Tôi tặng bạn những điều ngắn gọn này làm quà Giáng sinh năm nay.

Món quà thứ nhất: Có mục đích sống rõ ràng

Ngụ ý đầu tiên là chúng ta có mục đích sống rõ ràng. Về mặt tiêu cực thì đơn giản là thế này: đừng phạm tội nữa – đừng làm điều gì sỉ nhục Đức Chúa Trời. "Ta viết cho các con những điều nầy, hầu cho các con khỏi phạm tội" (1 Giăng 2:1). "Vả, Con Đức Chúa Trời đã hiện ra để hủy phá công việc của ma quỷ" (1 Giăng 3:8). Nếu chúng ta hỏi rằng: "Ông có thể cho chúng tôi biết điều tích cực, thay vì tiêu cực không?" thì câu trả lời là: "Được, tất cả đều nằm gọn trong 1 Giăng 3:23". Đó là câu tóm tắt tuyệt vời cho toàn bộ thư tín này của sứ đồ Giăng. Hãy để ý "điều răn" ở dạng số ít – "Vả, nầy là *điều răn* của Ngài: là chúng ta phải tin đến danh Con Ngài, tức là Đức Chúa Jêsus Christ, và chúng ta phải yêu mến lẫn nhau như Ngài đã truyền dạy ta". Đối với sứ đồ Giăng, hai điều này có mối liên hệ chặt chẽ với nhau đến nỗi ông gọi chúng là một điều răn: hãy tin Chúa Jêsus và yêu mến người khác. Đó là mục đích của chúng ta. Đó là tóm tắt về đời sống Cơ Đốc. Tin cậy Chúa Jêsus và yêu mến mọi người theo cách mà Chúa Jêsus và các sứ đồ đã dạy chúng ta về tình yêu thương. Tin Chúa Jêsus, yêu mến mọi người. Đó là món quà đầu tiên, một mục đích cho đời sống.

Món quà thứ hai: Hy vọng rằng những thất bại của chúng ta sẽ được tha thứ

Ngụ ý thứ hai ở trong hai lẽ thật Đấng Christ đã đến để tiêu diệt tội lỗi của chúng ta và để tha thứ tội lỗi của chúng ta đó là: chúng ta được tấn tới trong sự đắc thắng tội lỗi khi chúng ta trông cậy rằng những thất bại của mình sẽ được tha thứ. Nếu chúng ta không có lòng trông cậy rằng Đức Chúa Trời sẽ tha thứ những thất bại của chúng ta, thì lúc bắt đầu chiến tranh với tội lỗi, chúng ta sẽ bỏ cuộc.

Nhiều người trong số chúng ta đang nghĩ đến một số thay đổi trong năm mới, bởi vì chúng ta đã có thói quen tội lỗi và muốn thoát ra ngoài. Chúng ta muốn có thói quen mới trong việc ăn uống. Thói quen mới trong việc giải trí. Thói quen mới trong việc dâng hiến. Thói quen mới trong cách đối xử với người phối ngẫu. Thói quen mới cho gia đình lễ bái. Thói quen mới trong việc ngủ nghỉ và tập thể dục.

Thói quen mới trong việc làm chứng cách dạn dĩ. Nhưng chúng ta đang tranh chiến, tự hỏi những điều này có hiệu nghiệm không. Có lẽ đây là món quà Giáng sinh thứ hai dành cho chúng ta: Đấng Christ không chỉ đến để phá hủy công việc của ma quỷ và khiến chúng ta không phạm tội nữa; mà Ngài còn đến để cầu thay cho chúng ta vì chính chúng ta đã có những thất bại trong cuộc chiến với tội lỗi.

Vậy, tôi nài xin bạn, hãy làm sao để thất bại không trở thành phán quyết sau cùng sẽ thêm cho bạn hy vọng trong cuộc chiến. Nhưng hãy cẩn thận! Nếu chúng ta biến ân điển của Đức Chúa Trời thành giấy phép và nói rằng: "Có lẽ nếu tôi có thể thất bại lần nữa và điều này chẳng có sao cả, thì tại sao phải cố gắng chống trả tội lỗi làm gì?" – nếu nói như vậy và thực sự nghĩ như thế, rồi tiếp tục phạm tội, thì chúng ta vẫn chưa tái sinh và nên lấy làm sợ hãi.

Nhưng đó không phải là chỗ của hầu hết mọi người. Đa số chúng ta đều muốn trừ bỏ những thói quen phạm tội trong cuộc đời mình. Những gì Đức Chúa Trời đang phán với chúng ta là: hãy để cho việc Đấng Christ che đậy thất bại của chúng ta thêm hy vọng để chúng ta chiến đấu. "Ta viết cho các con những điều nầy, hầu cho các con khỏi phạm tội. Nếu có ai phạm tội, thì chúng ta có Đấng cầu thay ở nơi Đức Chúa Cha, là Đức Chúa Jêsus Christ".

Quà tặng thứ ba: Đấng Christ sẽ giúp chúng ta

Cuối cùng, mục ý thứ ba trong hai lẽ thật Đấng Christ đến để tiêu diệt tội lỗi của chúng ta và tha thứ tội lỗi của chúng ta là: Đấng Christ sẽ *vùa giúp* chúng ta trong cuộc chiến. Ngài sẽ giúp chúng ta. Ngài ở bên cạnh chúng ta. Ngài không đến để tiêu diệt tội lỗi vì tội lỗi là thú vui. Ngài đã đến để tiêu diệt tội lỗi vì tội lỗi là nguy hiểm chết người. Ma quỷ làm ra sự dối trá và hắn sẽ tiêu diệt chúng ta nếu chúng ta không chủ động chiến đấu. Chúa đã đến để giúp chúng ta, không làm hại chúng ta.

Đây là món quà Giáng sinh thứ ba dành cho chúng ta: Đấng Christ sẽ giúp chúng ta đắc thắng tội lỗi. Giăng nhất 4:4 chép: "Đấng ở trong các con là lớn hơn kẻ ở trong thế gian". Chúa Jêsus là Đấng sống, toàn năng, Ngài sống trong chúng ta bởi đức tin. Chúa Jêsus ở cùng chúng ta, không nghịch cùng chúng ta. Chúa sẽ vùa giúp chúng ta để trừ bỏ tội lỗi trong năm mới này. Hãy tin cậy Ngài.

KẾT LUẬN
BẢN VĂN VỀ MÙA GIÁNG SINH MÀ TÔI YÊU THÍCH

Bản văn về Giáng sinh mà tôi rất thích đặt sự hạ mình vào trọng tâm của mùa Giáng sinh. Vậy, Giáng sinh này tôi lấy làm lạ trước sự hạ mình của Chúa Jêsus và muốn có điều này nhiều hơn cho bản thân mình. Tôi sẽ trích dẫn bản văn ngay sau đây thôi.

Nhưng trước hết, chúng ta có hai vấn đề. Tim Keller giúp chúng ta nhìn thấy một trong hai vấn đề này khi ông nói rằng: "Sự hạ mình thật không thích phô trương. Nếu chúng ta bắt đầu nói về sự hạ mình, thì nó sẽ đi mất tiêu". Vậy thì, suy gẫm về sự hạ mình (như thế này) là không hiệu quả chăng. Nhưng ngay cả những kẻ nhút nhát cũng hé nhìn nếu được đối xử tốt.

Một vấn đề khác là Chúa Jêsus không hạ mình vì những lý do giống như chúng ta (hoặc phải giống như). Vậy, làm sao sự hạ mình giáng thế của Chúa Jêsus có thể giúp *chúng ta*? Sự khiêm tốn của chúng ta, nếu có, thường dựa vào sự hữu hạn, sự sai lầm và tội lỗi của chúng ta. Nhưng Con Đức Chúa Trời đời đời không phải là hữu hạn. Ngài không mắc sai lầm. Ngài chẳng phạm tội. Vì vậy, khác với sự khiêm tốn của chúng ta, sự hạ mình của Chúa Jêsus có gốc tích khác.

Đây là bản văn về Giáng sinh mà tôi rất thích. Hãy tìm kiếm sự hạ mình của Chúa Jêsus:

> Ngài vốn có hình Đức Chúa Trời, song chẳng coi sự bình đẳng mình với Đức Chúa Trời là sự nên nắm giữ; chính Ngài đã tự bỏ mình đi, lấy hình tôi tớ và trở nên giống như loài người; Ngài đã hiện ra như một người, tự *hạ mình xuống*, vâng phục cho đến chết, thậm chí chết trên cây thập tự. (Phi-líp 2:6–8)

Sự hạ mình của Chúa Jêsus thực ra là một hành động có ý thức tự mặc cho mình sự thấp hèn như đầy tớ vì ích lợi của nhiều người khác. Sự hạ mình của Ngài được định nghĩa bằng những cụm từ như:

> "Chính Ngài đã tự bỏ mình [khỏi quyền hạn thiêng liêng để hoàn toàn bị sỉ nhục và chịu khổ]."

> "Lấy hình tôi tớ".

> "Ngài . . . vâng phục cho đến chết, thậm chí chết trên cây thập tự".

Vậy, sự hạ mình của Chúa Jêsus không phải là một

tấm lòng có khuynh hướng hữu hạn, dễ mắc sai lầm hoặc phạm tội. Mà là một tấm lòng có sự vô hạn đến hoàn hảo, chân lý không sai lạc và tự do không phạm tội, chính vì thế mà Ngài chẳng cần ai phục vụ mình. Ngài tự do và đầy dẫy đến nỗi muốn phục vụ.

Một bản văn về Giáng sinh khác nói ra điều này là Mác 10:45 chép rằng: "Vì Con người đã đến *không phải để người ta hầu việc mình*, song *để hầu việc người ta*, và phó sự sống mình làm giá chuộc cho nhiều người". Sự hạ mình của Chúa Jêsus không phải là cảm giác khiếm khuyết về bản thân, mà là cảm giác đầy dẫy ở trong Ngài đến nỗi người khác có thể tùy ý sử dụng vì ích lợi của họ. Đó là sự hạ mình tự nguyện để làm cho sự vinh hiển cao trọng của Ngài trở nên gần gũi với tội nhân.

Chúa Jêsus liên kết sự giáng sinh đê hèn của Ngài và Tin Lành dành cho chúng ta là: "Hỡi những kẻ mệt mỏi và gánh nặng, hãy đến cùng ta, ta sẽ cho các ngươi được yên nghỉ. Ta có *lòng nhu mì, khiêm nhường*; nên hãy gánh lấy ách của ta, và học theo ta; thì linh hồn các ngươi sẽ được yên nghỉ. Vì ách ta dễ chịu và gánh ta nhẹ nhàng" (Ma-thi-ơ 11:28–30).

Sự hạ mình của Ngài khiến chúng ta khỏi gánh nặng. Nếu Chúa chẳng hạ mình, thì Ngài đã không "vâng phục cho đến chết, thậm chí chết trên cây thập tự". Nếu Chúa chẳng vâng phục cho đến chết vì chúng ta, thì chúng ta hẳn đã bị tiêu diệt dưới gánh nặng của tội lỗi. Ngài hạ mình xuống để mang lấy sự đoán phạt của chúng ta (Rô-ma 8:3).

Giờ thì chúng ta có nhiều lý do hơn để khiêm nhường.

Chúng ta là tạo vật hữu hạn, dễ mắc sai lầm và phạm tội, vì thế hoàn toàn không có cớ gì để khoe mình. Nhưng bây giờ, chúng ta thấy những điều khiêm tốn khác: sự cứu rỗi không bởi việc làm của chúng ta, mà là bởi ân điển của Ngài. Như vậy không còn sự khoe mình nữa (Ê-phê-sô 2:8-9). Ngài đã thực hiện sự cứu rỗi một cách tình nguyện, mặc lấy hình tôi tớ và vâng phục cho đến chết.

Vì vậy, ngoài sự hữu hạn, dễ mắc sai lầm và phạm tội, chúng ta có hai động cơ lớn để hạ mình đó là: ân điển miễn phí là lý do chúng ta nhận được tất cả phước hạnh và tấm gương hy sinh từ bỏ chính mình đã sẵn sàng mặc lấy hình tôi tới.

Vì vậy, chúng ta được kêu gọi phải có tinh thần giống như Chúa Jêsus trong việc tự hạ mình xuống và mặc lấy hình tôi tớ. "Kẻ nào tôn mình lên thì sẽ bị hạ xuống, còn kẻ nào hạ mình xuống thì sẽ được tôn lên" (Ma-thi-ơ 23:12). "Hãy có đồng một tâm tình như Đấng Christ đã có". (Phi-líp 2:5).

Hãy cầu xin Chúa làm cho "sự hạ mình" – là yếu tố làm nên sự cứu rỗi và tấm gương cho sự phục vụ của chúng ta – vang lên từ trong chỗ kín nhiệm và mặc lên người chúng ta trong Mùa Vọng này. "Hết thảy đối đãi với nhau phải trang sức bằng khiêm nhường; vì Đức Chúa Trời chống cự kẻ kiêu ngạo, mà ban ơn cho kẻ khiêm nhường" (1 Phi-e-rơ 5:5).

PHỤ LỤC
HÌNH BÓNG CỦA CỰU ƯỚC VÀ SỰ HIỆN RA CỦA ĐẤNG CHRIST

Một trong những điểm chính trong sách Hê-bơ-rơ là hệ thống thờ phượng của giao ước cũ là hình bóng được thay thế bởi Đấng Christ. Vì vậy, Giáng sinh là sự thay thế những hình bóng bằng hiện thực. (Chúng ta có thể thấy điều này trong Hê-bơ-rơ 8:5 chép rằng các thầy tế lễ "phục vụ một *bản sao và hình bóng* của những điều trên trời"). Hãy suy xét sáu hình bóng mà sự hiện ra của Đấng Christ đã thay thế bằng hiện thực.

1. Hình bóng của chức thầy tế lễ trong giao ước cũ.

Vả lại, số thầy tế lễ rất nhiều, vì sự chết nên không giữ luôn được chức vụ. Nhưng Ngài, vì hằng có đời đời, nên giữ lấy *chức tế lễ không hề đổi thay*. (Hê-bơ-rơ 7:23–24)

2. Hình bóng của con sinh Lễ vượt qua.

Hãy làm cho mình sạch men cũ đi, hầu cho anh em trở nên bột nhồi mới không men, như anh em là bánh không men vậy. Vì *Đấng Christ là con sinh lễ Vượt qua của chúng ta, đã bị giết rồi.* (1 Cô-rinh-tô 5:7)

3. Hình bóng của lều tạm và đền thờ.

Đại ý điều chúng ta mới nói đó, là chúng ta có một thầy tế lễ thượng phẩm, ngồi bên hữu ngai của Đấng tôn nghiêm trong các từng trời, làm chức việc nơi thánh và *đền tạm thật*, bởi Chúa dựng lên, không phải bởi một người nào. Hê-bơ-rơ 8:1–2

Đức Chúa Jêsus đáp rằng: Hãy phá đền thờ nầy đi, trong ba ngày ta sẽ dựng lại! Người Giu-đa lại nói: Người ta xây đền thờ nầy mất bốn mươi sáu năm, mà thầy thì sẽ dựng lại trong ba ngày! Nhưng Ngài nói về *đền thờ của thân thể mình.* (Giăng 2:19–21)

4. Hình bóng của phép cắt bì.

Chịu cắt bì chẳng hề gì, không chịu cắt bì cũng chẳng hề gì; sự quan hệ là giữ các điều răn của Đức Chúa Trời. (1 Cô-rinh-tô 7:19)

5. Hình bóng của luật ăn uống.

Ngài phán rằng: Vậy chớ các ngươi cũng không có trí khôn sao? Chưa hiểu chẳng có sự gì ở ngoài vào trong người mà làm dơ dáy người được sao? Và, sự đó không vào lòng người, nhưng vào bụng, rồi bị bỏ ra nơi kín đáo, như vậy làm cho mọi đồ ăn được sạch. (Như vậy *Chúa đã tuyên bố tất cả các thực phẩm là sạch*). (Mác 7:18–19)

6. Hình bóng của những ngày lễ.

Vì vậy, chớ có ai đoán xét anh em về của ăn uống, hoặc ngày lễ, hoặc ngày mặt trăng mới, hoặc ngày Sa-bát, ấy đều chỉ là bóng của các việc sẽ tới, còn *hình thì ở trong Đấng Christ*. (Cô-lô-se 2:16–17)

Ý nghĩa của Giáng sinh đó là muôn vật thuộc về Đấng Christ. Lễ nghi tôn giáo giống như bóng của một người vĩ đại đầy vinh hiển. Chúng ta không cần nhìn vào hình bóng nữa mà hãy nhìn vào mặt Ngài (2 Cô-rinh-tô 4:6). Hỡi các con cái bé mọn, hãy giữ mình về hình tượng (tôn giáo)! (1 John 5:21).

PHỤ LỤC KINH THÁNH

Sáng thế ký
    37:5-11 (16)
    50:20 (16)

Phục truyền
    10:17 (10)

Thi thiên
    139:23-24 (1)

Châm ngôn
    21:1 (4)

Ê-sai
    8:18 (11)
    53:10 (11)
    60:3 (7)

Giê-rê-mi
    23:29 (1)
    31 (17)
    31:31
    31:34 (17)

Mi-chê
    5:2 (4, 21)

Ma-thi-ơ
    2:1-2
    2:2 (8)
    2:3 (9)
    2:4 (9)
    2:9 (8)
    2:10 (10)
    2:10-11
    4:1-11 (19)
    11:28-30 (KL)
    16:21-23 (19)
    23:12 (KL)
    24:14 (8)
    28:18-19 (7)

Mác
    7:18-19 (PL)
    10:45 (19, KL)

Lu-ca

1:16-17
1:43 (2)
1:46-55
1:48 (2)
1:68 (3)
1:68-71
2:1-5
2:6-7
2:11 (1)
2:12-14
2:25 (3)
2:34-35 (6)
2:38 (3)
9:23 (5)
9:57-58 (5)
22:20 (14)

Giăng
1:1 (11)
1:3 (GT)
1:11-12 (6)
1:12 (GT, 11)
2:19-21 (PL)
3:16 (11)
3:17 (GT)
3:19 (6)
4:23 (8)
6:35 (GT)
6:44 (GT)

6:65 (GT)
10:10 (15)
10:11 (GT)
10:17-18 (GT)
11:52 (11)
14:27 (6)
15:20 (5)
17 (GT)
17:18
17:24
18:37 (21, 22)
20:28 (GT)
20:30-31

Công-vụ
10:43 (17)
17:25 (10)

Rô-ma
5:5 (23)
5:9 (11)
5:10 (23)
5:10-11
5:11 (23)
8:1 (17)
8:3 (17, KL)
8:17 (16)
8:33 (11)
15:13 (6)

1 Cô-rinh-tô
　5:7 (PL)
　7:19 (PL)

2 Cô-rinh-tô
　4:4 (23)
　4:4-6 (23)
　4:6 (23, PL)
　8:9 (5)

Ê-phê-sô
　2:8-9 (KL)

Phi-líp
　2:5 (KL)
　2:6-8 (KL)
　2:9-10 (16)
　2:9-11
　4:6-7 (6)

Cô-lô-se
　2:9 (11)
　2:16-17 (PL)

1 Ti-mô-thê
　1:15 (20)
　4:10 (11)

Hê-bơ-rơ

2:13 (11)
2:14 (19)
2:14-15
2:14-15
7:23-24 (PL)
8:1 (13)
8:1-2 (13, PL)
8:2 (13)
8:5 (13, PL)
8:6 (14)
9:28 (17)
11:6 (6)
13:20 (14)
13:20-21 (14)

1 Phi-e-rơ
2:24 (17)
5:5 (KL)

1 Giăng
2:1 (24, 25)
2:1-2
3:5 (24)
3:7-8
3:7-8
3:8 (20, 24, 25)
3:23 (25)
4:4 (25)
5:21 (PL)

GHI CHÚ

LỜI TỰA

1. Isaac Watts, "Phước cho nhân loại", 1719.
2. John Francis Wade, "Hỡi môn đồ trung tín", 1751.
3. John Mason Neale, dịch bài hát "Em-ma-nu-ên! Xin hãy đến!", 1861; Charles Wesley, "Kìa! Thiên binh cùng nhau trỗi hát", 1739

16. NƯỚC THOÁI LUI HAY NHẤT CỦA ĐỨC CHÚA TRỜI

1. William Cowper, "Chúa hành động cách mầu nhiệm", 1773.

18. KIỂU MẪU GIÁNG SINH CHO CÔNG TÁC TRUYỀN GIÁO

1. Từ "Thư gửi cha Perez", trong quyển *Kinh điển Truyền giáo Cơ Đốc*, biên tập bởi Francis M. DuBose (Nashville, TN: Broadman Press, 1979), 221f.
2. JW Alexander, *Suy gẫm về giảng luận: Những đóng góp kinh điển về Tuyên đạo pháp* (Edinburgh: Banner of Truth, 1975), 108.

19. GIÁNG SINH LÀ VÌ SỰ TỰ DO

1. Martin Luther, "Đồn lũy kiên cố là Chúa chúng ta", 1527–1529.

TÁC GIẢ

 John Piper là giáo sư và người sáng lập Desiring God, ông cũng là hiệu trưởng danh dự của Trường Cao đẳng và Chủng viện Bethlehem. Ông đã phục vụ với tư cách mục sư quản nhiệm Hội thánh Báp-tít Bethlehem trong vòng 33 năm tại thành phố Minneapolis thuộc tiểu bang Minnesota. Ông là tác giả của hơn 50 tựa sách, trong đó đã có các tựa sách được chuyển ngữ sang tiếng Việt gồm *"Đừng lãng phí cuộc đời"* và *"Kinh ngạc vì Đức Chúa Trời"*.

MỤC VỤ TIÊN PHONG

Mục vụ Tiên Phong ra đời với khải tượng "chuyển ngữ và xuất bản tài liệu Cơ Đốc để rao truyền sự vinh hiển của Đức Chúa Trời vì sự vui mừng của người Việt, đặc biệt là qua sự chịu khổ, trong Đức Chúa Jêsus Christ".

Tài liệu Cơ Đốc này không thể thay thế Lời Chúa và những tài liệu của Hội thánh mà quý con cái Chúa đang nhóm lại hàng tuần. Chúng tôi chỉ mong con cái Chúa sử dụng các tài liệu này để bày tỏ Hà Lan của Đức Chúa Jêsus Christ cho gia đình, người thân, bạn bè và cộng đồng xung quanh.

Nếu bạn muốn biết làm thế nào để dâng hiến, hỗ trợ và nhận tin tức về các tựa sách khác mà Mục vụ Tiên Phong đang chuyển ngữ, xin hãy liên hệ chúng tôi bằng thư điện tử info@tienphong.org hoặc bạn có thể tìm đến trang điện tử www.tienphong.org để tải về và đọc các tài liệu miễn phí.

Chúng tôi chân thành biết ơn các anh chị em con cái Chúa đã tin tưởng hỗ trợ dự án tài liệu Cơ Đốc cho người Việt của Mục vụ Tiên Phong.

Xin Chúa dẫn dắt,
Mục vụ Tiên Phong

www.ingramcontent.com/pod-product-compliance
Lightning Source LLC
Chambersburg PA
CBHW071147060526
44107CB00133B/336